ડિયર કુકુ

લય અને લાલચની જાનલેવા જુગલબંધી

પ્રફુલ શાહ

મુખ્ય પ્રાપ્તિસ્થાન

નવભારત સાહિત્ય મંદિર

જૈન દેરાસર પાસે, ગાંધી રોડ, અમદાવાદ - ૩૮૦ ૦૦૧

૨૦૨, પેલિકન હાઉસ, ગુજરાત ચેમ્બર ઓફ કોમર્સના કંપાઉન્ડમાં,
આશ્રમ રોડ, અમદાવાદ - ૩૮૦ ૦૦૯

☎ (૦૭૯) ૨૨૧૩૯૨૫૩, ૨૨૧૩૨૯૨૧
૯૮૨૫૦ ૩૨૩૪૦
e-mail : info@navbharatonline.com
www.navbharatonline.com
fb.com/NavbharatSahityaMandir

DEAR KUKU

Novel

by Praful Shah

Navbharat Sahitya Mandir
AHMEDABAD
2021

ISBN No. : 978-93-93223-40-1

પ્રથમ આવૃત્તિ: ૨૦૨૧

પૃષ્ઠ: ૧૨૮

લેખકનો ફોટો: દીપક જે. મહેતા

પ્રકાશક

મહેન્દ્ર પી. શાહ

નવભારત સાહિત્ય મંદિર

જૈન દેરાસર પાસે, ગાંધી રોડ, અમદાવાદ-૩૮૦૦૦૧

ફોન: (૦૭૯) ૨૨૧૩૯૨૫૩, ૨૨૧૩૨૯૨૧

E-mail : info@navbharatonline.com

Web : www.navbharatonline.com

fb.com/NavbharatSahityaMandir

અર્પણ

પ્રિય મિત્ર અને ફિલ્મ-સર્જક
મિત્ર **જયંત ગીલાટરને**

પ્રસ્તાવના

વર્તમાન સમયનું સસ્પેન્સ કે કોણ, કેટલું અને ક્યાં સલામત? અને ખરેખર આપણું છે કોણ?

બિચારો આમ આદમી રોડ, ટ્રેન, બસ, રેલવેસ્ટેશન કે બગીચામાં તો ઠીક; પોતાના ઘરની અંદર સલામત નથી. આ બીમારી નાઇલાજ છે. એના વાઇરસ ગમે ત્યાં, ગમે ત્યારે ઊથલો મારે. આની રસી શોધાવાની નથી. એકમાત્ર ઇલાજ નસ્તર છે.

રળિયામણા હિલ સ્ટેશન લોનાવાલાના એક બંગલોમાં સુખ, શાંતિ, સ્મિત અને સૌહાર્દને કાયમી બનાવવા અનિવાર્ય એવું બધું છે છતાં ત્યાં ન થવાનું જ થતું રહે છે. કેમ? કોણ ફરે છે મુખવટો પહેરીને?

હું સિનેમાનો અસાધારણ ચાહક. આ નવલકથામાં એક સમયની મહાન પણ સમયની ગર્તામાં ધકેલાઈ ગયેલી અફલાતૂન ડાન્સર-એક્ટ્રેસ કુકુ હાજર ન હોવા છતાં મહત્ત્વપૂર્ણ પાત્ર છે. 'બ્રેકિંગ ન્યૂઝ'ની નવીનતા સભર રજૂઆત શૈલી વાચકોને ગમી. આથી 'ડિયર કુકુ'માં અલગ પ્રકારના પ્રયોગનું જોમ સાંપડ્યું. આમાં હું અટક્યો એટલે પીઢ પત્રકાર મિત્ર અરવિંદભાઈ શાહ 'એટી' વહારે આવ્યા. થેન્કયુ.

સસ્પેન્સમાં સિનેમાનો વઘાર છે એટલે આ કૃતિ દાયકાઓ જૂનાં ફિલ્મસર્જક મિત્ર જયંત ગીલાટરને અર્પણ.

મારી લેખન યાત્રાના શ્રીગણેશ ૨૦૧૭માં 'દશ્યમ-અદશ્યમ' (જે અત્યાર સુધી પાંચ ભાષામાં પ્રકાશિત થઈ અને એના પરથી હિન્દી ફિલ્મ પણ બની રહી છે), 'યુદ્ધ કેસરી' અને 'સરનામાં ઝિંદાદિલીનાં'થી. ૨૦૨૧ના ફેબ્રુઆરી માસમાં અમદાવાદના નવભારત સાહિત્ય મંદિર સાથે 'દાદલો' (ઇંગ્લિશમાં પણ), 'બ્રેકિંગ ન્યૂઝ' અને 'ગૉલ્ડફિશ' થકી હેટ-ટ્રીક રિપિટ કરી. હવે નવભારત સાહિત્ય મંદિરના સથવારે જ 'વીજળી અને ટાઇટેનિક' અને 'ફાઈલ-K' દ્વારા હેટ-ટ્રીકની હેટ-ટ્રીક શક્ય બની.

વંદન મા સરસ્વતી અને માતાપિતાને અને પરમપ્રિય વાચક મિત્રોનો પ્રેમભર્યો આભાર.

આવજો, ફરી મળીએ જલદી.

પ્રફુલ શાહ

1

એક દો તીન આજા મૌસમ હૈ રંગીન
રાત કો છૂપ છૂપ કે મિલના દુનિયા સમજે પાપ હૈ*

ડિટેક્ટિવ અજય મહેતાએ અરીસામાં પોતાનું ખડતલ શરીર જોતાં નીચે મૂકેલા ડમ્બલ્સ ફરી ઊંચકીને શરૂઆત કરી. પંદરેક મિનિટની ઉગ્ર કસરત બાદ ડમ્બલ્સ નીચે મૂક્યાં. પાતળી મૂછ અને વ્યવસ્થિત હેરકટ વચ્ચે સંતોષ અને પરસેવાનું મિશ્રણ એમને ગમ્યું. સફેદ ટરકીસનો ટુવાલ લઈને તેમણે મોઢું લૂછ્યું. સામેની બારી ખોલી એ સાથે જ તાજગીભરી ઠંડી હવાની લહેરખી અંદર આવી. અજયના અસ્તિત્વને એકદમ શાતાદાયી સંસ્પર્શ મળ્યો. એના મોઢામાંથી નીકળી પડ્યું, "વાહ લોનાવાલા વાહ. આ તાજગી, પ્રદૂષણરહિત હવામાન અને ગજબની નિરાંત માટે મુંબઈની લાઇફ કુરબાન કરવાનું પરવડે."

દરવાજો ખૂલવાના સહેજ અવાજે વિચારોની સાંકળને તોડી. કાળીદાસ કોકમનું શરબત લઈને અંદર આવ્યો. ટ્રેમાં એક ગ્લાસ જોઈને અજય મહેતાએ બનાવટી રોષ કર્યો, "કાળુભા, ફરી એનું એ? જાઓ, તમારો ગ્લાસ લઈ આવો. સાથે શરબત પીવાના હોય તો મને આપો, નહીંતર પાછું લઈ જાઓ."

કાળુભાને ગમ્યું, હસ્યો, "પણ સર, એવું ન સારું લાગે. તમે ઇન્સ્પેક્ટર હતા, ત્યારે હું હવાલદાર. આજે તમે મોટા ડિટેક્ટિવ ને હું આ બંગલાનો કેર-ટેકર..."

"અચ્છા કેર-ટેકર છો? તો આજથી નોકરીમાંથી છુટ્ટા, જાઓ..."

"અરે પણ..."

"મિત્ર હો, જૂના સાથી હો તો અહીં રહેવાની છૂટ... કેર-ટેકરની જરૂર નથી."

કાળુએ ટ્રે નીચે મૂકી સેલ્યુટ કરી, "ઓકે સર, જયહિન્દ."

અજય અને કાળીદાસને જૂના દિવસો યાદ આવી ગયા. અંગત કારણોસર અજયે પોલીસની નોકરી છોડી. કાળીદાસ નિવૃત્ત થયો ત્યારે સાવ એકલો. ચારેક વરસથી અજયના બંગલામાં રહે અને દેખરેખ પણ રાખે. કૉન્સ્ટેબલની અદાથી કાળીદાસ ચાલતો પાછો ગયો. ત્યાં જ અજયના મોબાઇલ ફોનમાં મૅસેજ આવ્યાની હળવી રિંગ રણકી. ઇચ્છા નહોતી છતાં કુતૂહલ ખાતર જોયું. મૅસેન્જરમાં મૅસેજ હતો: "આપને મળવું છે. અરજન્ટ પ્રોફેશનલ વર્ક."

કામકાજના બોજ અને મુંબઈની ભીડભાડથી ભાગીને તો અજય લોનાવાલા આવ્યો હતો. હમણાં કોઈ કામ લેવાની ઇચ્છા નહોતી. મૅસેજનો જવાબ પણ નહોતો આપવો કારણ કે 'સિંગિંગ લવલી બર્ડ' નામની વ્યક્તિ એના ફ્રેન્ડ લિસ્ટમાંય નહોતી છતાં વિવેક ખાતર લખી નાખ્યું, "આઈ એમ નોટ ઇન ટાઉન."

અજયે ફોન બાજુ પર મૂક્યો. ત્યાં કાળીદાસ શરબતનો બીજો ગ્લાસ લઈ અજય સામે ઊભો રહી ગયો. અજયે સ્મિત આપીને ઇશારો કર્યો કે બેસી જાઓ, પણ કાળીદાસ ટસનો મસ ન થયો. અજયે મૂછને વળ ચડાવ્યો. પછી કાળીદાસ સામે જોઈને કરડાકીથી બોલ્યા, "કૉન્સ્ટેબલ કાળીદાસ કેન્દ્રે, સીટ ડાઉન. ધીસ ઇઝ માય ઑર્ડર."

નાછૂટકે કાળીદાસ બેઠો. અજયે શરબતનો ગ્લાસ ઉપાડ્યો, પણ કાળીદાસ હજી મૂંઝવણમાં દેખાયો. અજયે આંખ કાઢી એટલે તેણે ય ગ્લાસ ઉપાડ્યો. પહેલે ઘૂંટડે જ અજયના કોઠામાં ટાઢકનો શેરડો રેડાયો. તેમણે તરત કાળીદાસનો હાથ પકડી લીધો, "ક્યા બાત હૈ... આવું શરબત ક્યારેય નથી પીધું હોં... અફલાતૂન... ફૅન્ટાસ્ટિક... સુપર્બ..."

કાળીદાસ કેન્દ્રે બોલ્યો, "બસ, બહુ વખાણ રહેવા દો. ક્યાંક નજર લાગી જશે."

મોબાઇલ ફોનમાં ફરી મૅસેજના નોટિફિકેશનની રિંગ વાગી. અજય શરબત માણવામાં મસ્ત રહ્યો. કાળીદાસે મોબાઇલ ઊંચકીને સામે મૂક્યો, પણ અજયે એકદમ અવગણના કરી. ગ્લાસ ખાલી કર્યા બાદ ક્યાંય સુધી અજય આંખ બંધ કરીને બેસી રહ્યો. ગ્લાસ ઉપાડવાના અવાજથી અજયે આંખ ખોલી, "જલસો કરાવી દીધો યાર, કાળુભા અમેઝિંગ. થૅન્કયુ ફૉર શરબત... ઍન્ડ ધીસ લવલી બંગલો."

"અરે અજયભાઈ, એમાં થૅન્કયુ હોય? તમારા પૈસાથી બંગલો બન્યો. એમાં મેં કર્યું શું?"

"કાળીદાસ, મને હજીય યાદ છે દસેક વરસ અગાઉની વાત. તમે ટૅન્શનમાં આવ્યા હતા મારી પાસે. કંઈક ફૅમિલી પ્રૉબ્લેમ છે, એમ કહીને 25 હજાર રૂપિયા માગ્યા હતા. મેં જેમતેમ કરીને રકમ આપી. ન મેં કારણ પૂછ્યું, ન તમે આપ્યું. અચાનક એકાદ વર્ષ પછી તમે એગ્રિમેન્ટ લઈ આવ્યા આ બંગલાની જમીનના. મને આશ્ચર્ય ન થયું, પણ ગુસ્સો આવ્યો."

"હા, મને ખબર હતી કે તમને જમીન ખરીદવામાં રસ નહીં પડે. તમારે ક્યાં પળોજણ વધારવી હતી? પણ મારા ખાસ ફ્રેન્ડે માહિતી આપી હતી કે લોનાવાલામાં જમીન અત્યારે સસ્તી છે, પણ ભાવમાં ભડકો થવામાં જ છે. આપણે તો ઠન ઠન ગોપાલ એટલે થયું કે તમારા માટે જમીન લઈ લેવાય. આજે એ 25 હજારની જમીનના 25 લાખ આવે છે."

"પણ પછી હું કેવો હપતાની કડાકૂટમાં પડ્યો. આઠ વર્ષ લાગ્યા આ બાંધકામના હપતા ચૂકવવામાં."

"એ બધું યાદ છે, પણ આ બંગલોના અત્યારે દોઢ-બે કરોડ આવે એ કેમ બોલતા નથી?"

"આપણે ક્યાં વેચવો છે? મારે તો..."

ફરી મોબાઇલ ફોનમાં મૅસેજના નોટિફિકેશનની રિંગ વાગી. બંનેએ મોબાઇલ સામે જોયું. અજય મહેતાએ ફોન ઉપાડીને સાયલન્ટ મોડ પર મૂકી દીધો, "હા, મારે ક્યાં પૈસાની જરૂર છે કે બંગલો વેચું? તમતમારે રહો આરામથી..."

કાળીદાસ ઊભા થઈ ગયા. હાથ જોડીને બોલ્યા, "મને ખબર છે કે મારા માટે તમે બંગલો વેચતા નથી. જાણો છો કે આ ડોસાનું આગળપાછળ કોઈ નથી. જશે ક્યાં?"

અજય મહેતાએ ઊભા થઈને, હાથ પકડીને કાળીદાસને બેસાડી દીધો, "આવા રોતલાવેડા તો હવે એકતા કપૂરની સિરિયલમાં ય નથી આવતા હોં. જુઓ તમે અહીં રહો છો એ મહત્ત્વનું નથી, મારા બંગલાનું ધ્યાન રાખો છો એ મહત્ત્વનું છે. હું સ્વાર્થી છું, સમજ્યા?"

"ખબર છે તમારો સ્વાર્થ મને, કરિયાણાવાળો ક્યારેય કંઈ લેતો નથી.

શાકભાજી બગીચામાં ઊગે છે. છતાં મારી જાણ બહાર તમે દર મહિને મારા ખાતામાં દસ હજાર રૂપિયા જમા કરાવો છો. શા માટે?"

"અરે, ક્યારેક ગર્લફ્રેન્ડને ગિફ્ટ આપવી હોય... વ્હિસ્કી પીવી હોય તો પૈસા વગર થોડું ચાલે?"

"ગર્લફ્રેન્ડ અને મારે... એવી બદનસીબ જન્મી જ નથી. ને પીવા માટે દેશી જેવું સુખ નહીં હોં?"

"પણ આ વખતે તો હું સરસ સ્કૉચ લાવ્યો છું. સાથે પીવી જ પડશે હોં..."

"નકામી બગાડો મા. એનાથી આપણે કંઈ ન થાય. મારે તો એના ઉપર નવટાક દેશી જોઈશે હોં."

"સાવ ધર્મેન્દ્ર જ રહ્યા. પણ તમારી બસંતી ક્યાં છે એ કહો ને?"

"ખબર નહીં, અત્યારે એના ગ્રાન્ડ સનને રમાડતી હશે."

અજય મહેતા એકદમ ઊભા થઈ ગયા, "ક્યા બાત હૈ... એ ડ્રીમગર્લની વાત કરીએ રાતે... બાત ઔર જામ... જામ ઔર બાત... ફિર જામ હી જામ... અને સાથે તમારું ફેવરિટ ગીત સાંભળવાનું... રાફ્તા રાફ્તા દેખો આંખ મેરી લડી હૈ..."

કાળીદાસ શરમાઈ ગયો, "મૈંને ઐસા તો નહીં કહા થા..."

બંને ઉમદા માનવીના હાસ્યથી બંગલો પ્રસન્ન થઈ ગયો. જાણે કુદરત ખુશ થઈ ગઈ હોય એમ એકદમ વરસાદ તૂટી પડ્યો. અજયનું મન મેઘલી મસ્તીમાં રમમાણ થઈ ગયું, પણ કાળીદાસ ટૅરેસભણી દોડ્યો, કપડાં સૂકવ્યાં હતાં એ લેવા માટે.

લોનાવાલાનો પર્વતીય વિસ્તાર, સતત વહેતી મસ્ત હવા, અચાનક આવેલો વરસાદ. અપરાધ, ગુનેગાર, બંદૂક, હાથકડી, પુરાવા, સાબિતી, કાયદાની પોથી અને જેલના સળિયા વચ્ચે સતત જીવતો આ માણસ. હકીકતમાં ખૂબ માનવતાસભર, સંવેદનશીલ ને શાંતિપ્રેમી. એ ગુનેગારને નફરત નથી કરતો, ગુનાખોરીનો દુશ્મન છે. એ દઢપણે માને છે કે ગુનેગારથી મોટો અપરાધી તો એમને પેદા કરનારો સમાજ છે, સંજોગો છે.

કહેવાનું કે અજય એટલે વિજય અને વિજય એટલે અજય. આજ સુધી કોઈ ગુનેગાર એના બુદ્ધિચાતુર્યના વ્યાપને ઓળંગી શક્યો નથી. સિવાય કે એકવાર... સફળતાના સાતત્ય પાછળ સંતાઈ ગયેલા અજયનાં સપનાં,

સંઘર્ષ, સ્પંદન અને સંવેદનાથી મોટા ભાગના અપરિચિત. જયજયકારના બુલંદ નાદમાં દબાઈ જતો એક જાકારો-નિષ્ફળતા માત્ર અજયના કાન ફાડી નાખતા નથી, મન-મગજને છિન્ન-વિછિન્ન કરી મૂકે છે. સતત વિજય પાછળનો કોરી ખાતો વિષાદ જ અજયને સતત જોમ, જુસ્સો અને ગુસ્સો આપે છે અને એ નીકળી પડે છે વધુ એક અપરાધીએ બિછાવેલી ગુનાખોરીની ચોપાટ જીતવા.

અતીતમાં સરકી પડેલા અજયે કંઈક સંભારણા માટે મોબાઇલ હાથમાં લીધો. ફોનનો સાયલન્ટ મોડ હટાવ્યો. સંભારણાના સમુદ્રમાં ડૂબકી લગાવીને એ અગાઉ મૅસેન્જર પરથી ફોન આવ્યો. એ જ 'સિંગિંગ લવલી બર્ડ.' અજયને ગમ્યું નહીં, પણ ગમે ત્યારે ઘંટડી રણકાવવા બદલ ઠપકો આપવાનું વિચારીને ફોન રિસીવ કર્યો.

"હલ્લો, પ્લીઝ ડૉન્ટ કૉલ લાઇક ધીસ..."

સામેથી એકદમ ગભરાટ સાથે અજાણી યુવતીનો અવાજ સંભળાયો, "હેલ્પ મી, મારો જીવ જોખમમાં છે..."

"વ્હૉટ? ટેલ મી ઇન ડિટેઇલ્સ..."

"લાગે છે કે વિગતવાર જણાવવાનો સમય નથી મારી પાસે..."

"અરે પણ તો બચાવવા માટે હું કેવી રીતે કંઈ કરી શકું?"

"પ્લીઝ, પ્લીઝ... ખર્ચાની ફિકર ન કરો... તમે હમણાં ને હમણાં મુંબઈથી નીકળી જાઓ..."

"અરે પણ તમે બોલો... કોણ છો એ તો કહે પહેલાં..."

"હું ડિયર કુકુ... આઈ મીન કુકુ... ઓહ નો..." એક ચીસ સાથે સામેથી ફોન કટ થઈ ગયો. અજયના કાનમાં ગુંજવા માંડ્યું, "ડિયર કુકુ... કુકુ."

◆

ફિલ્મ:* 'આવારા' (1951), ***ગાયિકા:* શમશાદ બેગમ, ***ગીતકાર:*** શૈલેન્દ્ર, ***સંગીતકાર:*** શંકર-જયકિશન, ***કલાકારો:*** રાજ કપૂર, નરગીસ, પૃથ્વીરાજ કપૂર, ***દિગ્દર્શક:*** રાજ કપૂર

2

ચિરૈયા ઊડ જાયે રે ચિરૈયા ઊડ જાએ
દિલ કા પિંજરા ખાલી તું ઇસમેં આજા*

કુહૂ... કુહૂ... કુહૂ...

લોનાવાલામાં એક પર્વતની એકદમ ટોચ પર ટોચના ફિલ્મ સ્ટારના સેવનસ્ટાર બંગલો અને વગદાર રાજકારણીના લગભગ સોનારૂપાના બંગલોથી વધુ મૂલ્યવાન હતો આ કોયલનો કર્ણમંઝુલ ટહુકો. વસંતઋતુમાં આંબાના મહોરની વચ્ચેથી કોયલ મીઠું મીઠું ટહુક્યા કરે એટલે ભલભલા માનવીના કાન મધથી ભરાઈ જાય અને હૃદય ઝંકૃત થઈ જાય. અજય મહેતા ય કુદરત સાથે એકાકાર, તન્મય થવા લોનાવાલા આવ્યા હતા, પણ ઉજાગરાથી અત્યારે લાલચોળ થયેલી આંખ વચ્ચે આ કુહૂ... ટહુકારો ગઈ કાલમાં પાછો લઈ ગયો.

“હું ડિયર કુકુ... આઈ મીન કુકુ...” મદદ માગનારી યુવતીએ આટલું બોલ્યા બાદ ચીસ પાડી ને મૅસેન્જર પરથી આવેલો ફોન કટ થઈ ગયો. પછી ‘સિંગિંગ લવલી બર્ડ’ ઑફ લાઇન. અજયે પ્રોફાઇલ ચેક કર્યું તો મુંબઈ દેખાયું પણ એ મુંબઈ નહીં હોય? એવું જ હશે ને? નહીંતર મુંબઈથી નીકળવાની કાકલૂદી શા માટે કરે? પણ મુંબઈથી જવાનું ક્યાં?

બહાર સતત ચકલીઓના તીણા અવાજ ગુંજતા હતા, પણ સવારથી બે વાર ગરમાગરમ મસાલા ચા લઈ આવેલો કાળીદાસ સમજી ગયો કે અજય મહેતાનું વૅકેશન કાલે રાતે પૂરું થઈ ગયું. હવે ‘સિંગિંગ લવલી બર્ડ’ એમના માથા પર ઘુમરાવા લેતું રહેશે.

ચાનો કપ થોડા અવાજ સાથે ટેબલ પર મૂકીને કાળીદાસ બોલ્યો, “ચા પેટમાં જશે એટલે મગજ વધુ સક્રિય થશે. વૅકેશન છે એટલે કેસને ભૂલી

જાઓ એવું તો કહેવાય નહીં મારાથી, કારણ કે તમે માનવાના નથી."

અજયે ઔપચારિક સ્મિત આપીને ચાનો કપ ઉપાડ્યો, "સિંગિંગ લવલી બર્ડ..." ગાવાનો શોખ હશે કે પક્ષી માટે પ્રેમ હશે કે પછી પોતાની ઓળખ છુપાવવા માટે આવા કાલ્પનિક નામે સોશિયલ મીડિયામાં એકાઉન્ટ ખોલાવ્યો હશે?"

કાળીદાસ જોઈ રહ્યો, "ચા તો પૂરી કરો, નહીંતર ત્રીજીવાર બનાવવી પડશે મારે!"

અજયે એક ઘૂંટડો માર્યો અને વીજળીનો આંચકો લાગ્યો હોય એમ ઊભો થઈ ગયો. કાળીદાસના બંને હાથ પકડીને લગભગ ડાન્સ કરવા માંડ્યો, "કાળુભાઈ, તમારી ચા અસર કરવા માંડી. માત્ર નામ જ નહીં એનો અવાજ પણ મીઠો હતો. જાણે કોઈ ગાયિકા હોય, નાની ઉંમરની મીઠડી છોકરી ના હોય...! રાતે ગભરાટમાં બોલી એટલે આ બધી વાતો પર ધ્યાન ન ગયું."

કાળીદાસે માંડ માંડ હાથ છોડાવ્યો, "હવે રસોડામાં જાઉં. સહસ્રબુદ્ધેસાહેબ લંચ પર આવવાના છે ને?"

"ઓહ... આજે એને ના પાડી દઉં છું."

"ના, એવી જરૂર નથી સર. તમતમારે કોયલ સાથે કુહૂ કુહૂ કરો. હું રસોડામાં એમની ફેવરિટ થાલીપીઠ એને થેચા બનાવું. સાથે મરચાની તીખી તમતમતી ચટણી અને કાચી કેરીનો વઘારેલો સંભારો. તમને ચાલશે?"

"ના, નહીં ચાલે... એકદમ દોડશે... જેવો દેશ એવો વેશ ન થાય તો એવો ખોરાક તો થઈ જ જાય. મુંબઈમાં ક્યારેક થાલીપીઠ અને થેચાનું નામ પડે કે હાથ લાગી જાય તો કાળુભા તમે ખૂબ યાદ આવો..."

"હા, ને પછી કામની ધમાલમાં ફોન કરવાનું ભૂલી જવાય. ફરી તો યાદ આવું જ નહીં ને હું ક્યારેય."

"યાદ એને કરવાના હોય જે ભુલાઈ ગયા હોય અને હા, તમારા સહસ્રબુદ્ધેસાહેબને આજે રવિવાર છે એ ભૂલતા નહીં હો..."

"હા, ફ્રીજમાં બીઅર ઠંડી કરવા મૂકી દેવી પડશે."

અચાનક બહારથી સતત ગાડીનાં હૉર્ન સંભળાવાં માંડ્યાં. અજય મહેતાએ કાળીદાસ સામે જોયું, "બારીમાંથી જુઓ. આટલી હાઇટ પર ગાડી ચલાવવાનું બધાનું કામ નહીં. એને હેલ્પ કરો કાં ચૂપ કરો."

બારીમાંથી બહાર જોતા જતા કાળીદાસે જવાબ આપ્યો, "બેમાંથી એકેય નહીં થઈ શકે."

"કેમ, એવો તે કોણ તીસમારખાં છે?"

"તીસમારખાં નથી, નેવું મારખા છે... કેપ્ટન સૂરજ સહસ્રબુદ્ધે."

"આર્મીમાંથી રિટાયર્ડ થયા, પણ લશ્કરી શિસ્ત ટકી રહી."

કાળીદાસે અજય મહેતા સામે જોયું, "હા, એ તો છે, પણ હવે તમે બહાર જાઓ છો કે એમને અંદર બોલાવી લાવું?"

"અરે એ તો મને તરત ક્યાંનો ક્યાં જંગલમાં, ખીણમાં કે પર્વતની ટોચે લઈ જશે. ત્યાં નેટવર્ક નહીં હોય તો..."

ત્યાં જ કોયલનું 'કુહૂ, કુહૂ' સંભળાયું. બંનેએ એકમેક સામે જોયું અને હસી પડ્યા. અજયે મોબાઇલમાં જોયું, 'સિંગિંગ લવલી બર્ડ' માટે પોતાનો મૅસેન્જરમાં પોતાનો મોબાઇલ નંબર મૂક્યો હતો, પણ હજી એ જોવાયો નહોતો. અજય બબડ્યો, "એકવાર એ ઑનલાઇન આવે એટલે તરત મેસેન્જર પર ફોન કરવો પડશે."

સૂરજ સહસ્રબુદ્ધેએ અંદર આવતાવેંત પૂછ્યું, "અરે, આ લોનાવાલા છે... હિલસ્ટેશન... બંગલોમાં બેસવાને બદલે બહાર કુદરતને ખોળે રખડાય..."

"યુ આર રાઇટ સૂરજ, પણ થોડું કામ છે અરજન્ટ."

"નો વર્ક ઇન વૅકેશન. કમ ઑન..."

"અરે, બેસો તો ખરા..."

બંને વચ્ચે ઉંમરમાં ઘણો ફરક પણ એકદમ ગાઢ દોસ્તી. અજય જ્યારે લોનાવાલા આવે ત્યારે સૂરજ માટે જાણે તહેવાર શરૂ થઈ જાય. અજયના આવવાના આઠ દિવસ અગાઉ તેણે બ્લૉગ પર લખી રાખ્યું હતું કે હવે બીજા કોઈ મને હેરાન ન કરે. મારો યાર અજય મહેતા લોનાવાલા આવી રહ્યો છે. આટલું જ નહીં, ડિટેક્ટિવ અજય મહેતા કેવી મોટી તોપ છે, કેટલો ઇમાનદાર, ચાલાક અને કાર્યદક્ષ કાયદારક્ષક છે એ પણ વિગતવાર પીરસી દીધું. સાથે ત્રણ-ચાર કેસ પણ ટાંકી દીધા. વાલ્કેશ્વરના યુગલ રક્ષા અને રાજેશ એન્ટવર્પવૉલના ચાર દિવસના દીકરાનો ખૂનકેસ અજય સિવાય કોઈ ઉકેલી ન શક્યું હોત એવો દાવોય સહસ્રબુદ્ધેએ કર્યો હતો. (વાંચો નવલકથા 'ગોલ્ડફિશ') બ્લૉગ પર હજારો કૉમેન્ટ્સ આવી હતી.

અલબત્ત, અજયને આ બધું જરાય ગમ્યું નહોતું, પણ સૂરજને થોડું

કંઈ કહેવાય? જોકે અત્યારે અજય ખરેખર અડગ રહ્યો, "અહીં બેસીને જ ગપ્પાં મારીએ, સૂરજ." નાછૂટકે સૂરજ બેસી પડ્યો. તેમણે કાળીદાસને બોલાવીને ઑર્ડર આપ્યો, "જો પહેલા બ્લૅક ટી વીથ લેમન લાવ. અડધો કલાક પછી મસાલા ચા લાવ બટર ટોસ્ટ સાથે. એકાદ કલાક પછી એકદમ ચીલ્ડ બીઅર ને છેલ્લે તારા હાથના ટેસ્ટી થાલીપીઠ વિથ થેચા. એની કન્ફ્યુઝન?"

કાળીદાસે હસીને સેલ્યુટ મારી, "નો સર."

સૂરજ સહસ્રબુદ્ધેએ પણ આર્મી સ્ટાઇલમાં જવાબ આપ્યો, "ડિસમિસ." પછી તેમણે અજય સામે જોયું. આંખોથી સવાલ કર્યો, "મામલો છે શું?"

અજય હસ્યો, "કદાચ ધાર્યા જેટલું લાંબું વૅકેશન નહીં લેવાય."

"કેમ કંઈ ટૅન્શન તો નથી ને?"

"ખબર નથી, પણ મૅસેજ મુજબ બહાર જવું પડશે."

"બહાર ક્યાં?"

"અધૂરો મૅસેજ છે કોઈકનો... મુંબઈથી નીકળો, મને હેલ્પ કરો."

"પણ હેલ્પ કરવા જવાનું ક્યાં છે, અજય?"

"આટલો મૅસેજ આપીને તેણે ચીસ પાડી. કદાચ હુમલો થયો હોય બિચારી પર..."

"ઓહ... લેડીઝ છે."

"યંગ ગર્લ કે વુમન... ખૂબ સૂરીલો અવાજ છે..."

"પણ અહીં કેસ કેમ લીધો?"

"અરે તેણે મૅસેન્જરમાં મૅસેજ આપ્યો. મેં સ્પષ્ટ શબ્દોમાં ના પાડી દીધી. મોડેથી એનો મૅસેન્જર પર ફોન આવ્યો. વાતચીત પરથી મુશ્કેલીમાં હોય એવું લાગ્યું."

"તો તો પતી ગયું. હવે તમારું મન ઝાલ્યું રહેવાનું નથી... સારું થયું ઘરે બેઠા એ... ગપ્પા મારીશું ઘણાંબધાં..."

ચા, નાસ્તા, બીઅર-બીઅર અને થાલીપીઠ વિથ થેચા. ખરેખર સૂરજ સહસ્રબુદ્ધે આ બધું દિલથી માણતા હતા, પણ અજય મહેતા ઘડી ઘડી મોબાઇલ ફોનના મૅસેન્જર પર નજર નાખતા હતા. એ હજી ઑનલાઇન આવી નહોતી. 'સિંગિંગ લવલી બર્ડ' હજી સૂતું હશે? ક્યાંક કાયમ માટે તો પોઢી નહીં ગયું હોય ને? ના, ના, ના.

સહસ્રબુદ્ધેને વામકુક્ષીનું મન થયું. તરત અમલ પણ કર્યો, પરંતુ અજય મહેતાની ઊંઘ, ભૂખ, નિરાંત અને શાંતિનું સ્થાન અજંપાએ લઈ લીધું. કાશ, કાલે પોતે ફોન સાયલન્ટ મોડ પર ન મૂક્યો હોત તો? સહસ્રબુદ્ધેનાં નસકોરાનાં નગારાં વચ્ચે કાળીદાસ એકીટસે અજયને જોઈ રહ્યો.

છેક સાંજે પોણા છ વાગ્યે સહસ્રબુદ્ધે જાગ્યા. તરત જ ઑર્ડર કર્યો, "બ્લૅક ટી પ્લીઝ." અજય મહેતા પરાણે મિત્રને સાથ આપતા હતા, પણ મન તો મોબાઇલ ફોનમાં હતું. એમને સતત કોયલના કુહૂ કુહૂ સાથે સંભળાતું હતું, "હેલ્પ મી, મારો જીવ જોખમમાં છે... હમણાં ને હમણાં મુંબઈથી નીકળી જાઓ... હું ડિયર કુકુ... આઈ મીન કુકુ... ઓહહ નો..."

અજય મહેતા ઊભા થયા. સાંજની વધતી ઠંડક વચ્ચે ફ્રીજમાંથી પાણીની બૉટલ લઈને ઠંડા પાણીથી મોઢું ધોયું. આંખ પર પાણી છાંટ્યું. નેપકીનથી એકદમ ઘસીને મોઢું લૂછ્યા બાદ તેમણે ફરી મોબાઇલ ફોન ઊંચક્યો. મૅસેન્જરમાં જોતાં જ આંખ ચમકી. 'સિંગિંગ લવલી બર્ડ' ઑનલાઇન હતી. અજય મહેતાએ પ્રશ્ન-ચિહ્ન મૂક્યું. લગભગ દોઢેક કલાક અજય મહેતા જોઈ રહ્યા, પણ કંઈ જવાબ નહીં. વચ્ચે મૅસેન્જરથી ફોન કર્યો તો બેલ વાગતી રહી.

લગભગ રાતે નવેક વાગ્યે મૅસેજ આવ્યો, "વસંત-રીરી બંગલો, ચર્ચ પાછળ, લોનાવાલા..." અજયને આશ્ચર્ય થયું અને આનંદ પણ. તરત જ સહસ્રબુદ્ધેને લઈને તેઓ નીકળી પડ્યા, પણ ભાગ્યે જ કોઈએ વસંત-રીરી બંગલોનું નામ સાંભળ્યું હતું. અડધો કલાક બાદ ત્યાં પહોંચ્યા, તો જૂનો ભવ્ય બંગલો દેખાયો. વધુ કંઈ જુએ એ પહેલાં બંગલોની લાઇટ બંધ થઈ ગઈ. એના પર પથ્થરો ફેંકાવા માંડ્યા. બે પળની શાંતિ બાદ ગોળી છૂટવાનો અવાજ અને કોઈ સ્ત્રીની ચીસને લીધે બધાં પંખીઓ શાંતિને સાથે લઈને ઊડી ગયાં. આ કેવો આવકાર? અંદર થયું શું?

◆

****ફિલ્મ:*** 'દિલરૂબા' (1950), ***ગાયક:*** શમશાદ બેગમ, ***ગીતકાર:*** ચાર નામ છે, ***સંગીતકાર:*** જ્ઞાનદત્ત, ***કલાકાર:*** દેવ આનંદ, રેહાના, યાકુબ, જાદુગર, ગોગિયા પાશા, ***દિગ્દર્શક:*** દ્વારકા ખોસલા

3

શિશમહલ બનવાયે કોઈ તાજમહલ બનવાયે
લેકિન તાજ પર દુનિયા ફૂલ ચડાયે*

રાતના અંધારામાં અજય મહેતાના ચહેરા પરની માયુસીને સૂરજ સહસ્રબુદ્ધે જોઈ ન શક્યા. યુવા મિત્રની મનોસ્થિતિ સમજી શક્યા, "હું મોડો ન પડ્યો હોઉં તો સારું... કેવો યોગાનુયોગ કે એ મને લોનાવાલા જ બોલાવતી હતી. કાશ, હું વૅકેશનના મૂડમાં ન હોત તો વહેલો આવી શક્યો હોત અને..."

સૂરજે અજયનો હાથ પકડીને ધીમેથી દબાવ્યો, "જસ્ટ રિલેક્સ, તમારો કોઈ વાંક નથી. આપણે પોલીસને બોલાવી લઈએ?"

"હા, પણ એમને આવવામાં તો વાર લાગશે. અંદર કદાચ કોઈને મારી જરૂર હોય. લેટ્સ ગો ઇન સાઇડ." અજયે પેન્ટના બેલ્ટ સાથે બાંધેલા હૉલ્સ્ટરનું કવર ખોલી નાખ્યું. રિવૉલ્વર પર આંગળી ફેરવી. અત્યારે એ જીવલેણ હથિયારની કાતિલ ઠંડકનો સ્પર્શ ખૂબ ગમ્યો.

"અજય અંદર કોઈ હથિયારધારી હોઈ શકે. એ આસાનીથી આપણને ટાર્ગેટ કરી શકે. બહેતર છે કે રાહ જોઈએ... ખૂબ સાવધ રહીએ..."

"પણ અંદર કોઈ નિર્દોષ હોઈ શકે, ઘાયલ હોઈ શકે, રાહ ન જોવાય પોલીસની... લેટ્સ ગો..."

સૂરજ સહસ્રબુદ્ધે સમજી ગયા કે અજય માનવાનો નથી. લશ્કર અને લોનાવાલાના અનુભવને લીધે કાયમ પાસે રખાતી પાતળી પેન્સિલ ટૉર્ચ તેમણે જૅકેટના ગજવામાંથી કાઢી. અજયને ઇશારો કરીને દૂર મોકલી દીધા. પોતે બંગલોની ભીંત પાસે ગયા. નીચે પડેલાં સૂકાં પાંદડાંનો ઓછામાં ઓછો અવાજ થાય એ રીતે સૂરજે પગલાં ભર્યાં. ટૉર્ચને બંગલોની દિશામાં

રાખીને સ્વિચ ઑન કરી. સૂરજ એકદમ નીચે બેસીને ભાંખોડિયાં ભરતા ભરતા દૂર જતા ગયા. ટૉર્ચના આછા અજવાળાની લાઇન બંગલોના એક ભાગ પર પડતી હતી. એમાં આ બંગલો ભવ્યને બદલે વધુ બિહામણો લાગતો હતો. લેશમાત્ર હિલચાલ કે અવાજ ન થવાથી સૂરજ ઊભા થયા. અજયને જ્યાં ઊભા રાખ્યા હતા ત્યાં ગયા તો ચકિત રહી ગયા. અજય ત્યાં નહોતા, ને આસપાસ પણ નહોતા. સૂરજના ચહેરા પર ચિંતાને બદલે સ્માઇલ આવી ગયું. તેઓ હળવે પગલે ફરી ભીંત પાસે ગયા અને ટૉર્ચ લઈને બંગલોની અંદર પ્રવેશ્યા.

અંદર અજય મહેતા પણ બિલાડીને શરમાવે એવા હળવે પગલે આગળ વધી રહ્યા હતા. એક તો અજાણી જગ્યા, ને પાછું અંધારું. અંધારાથી આંખ ટેવાઈ ગઈ, પણ કંઈ દેખાતું નહોતું. થોડીવારમાં ટૉર્ચની રોશનીનો લિસોટો દેખાતા અજયના મનમાં ધરપત થઈ. સૂરજના હાથમાંથી ટૉર્ચ લઈને તેઓ આગળ વધવા માંડ્યા. એક હાથમાં ટૉર્ચ ને બીજા હાથમાં રિવૉલ્વર. અંધારામાં એમનો પડછાયો જોઈને ભલભલાનાં હાંજા ગગડી જાય. અજય મહેતા જાણતા નહોતા કે પોતે કોઈ અજાણ્યાને બચાવવા માટે જોખમ લઈ રહ્યા હતા કે મોતના કૂંડાળા ભણી આગળ વધી રહ્યા હતા.

લશ્કરની કામગીરી અને કદાચ લોનાવાલાના માહોલ-અંધારા સાથેની નિકટતાના પ્રતાપે સૂરજ સહસ્રબુદ્ધે સ્વસ્થ પણ સલામત રીતે હળવે પગલે ચાલવા માંડ્યા. અચાનક કંઈક યાદ આવ્યું ને તેમનાથી મલકી જવાયું. ગજવામાંથી મોબાઇલ ફોન કાઢીને એની ટૉર્ચ ઑન કરી. અજયને છોડીને સૂરજ બહાર નીકળ્યા. ધીરે ધીરે ચાલીને થોડી રઝળપાટ બાદ તેમણે ઇલેક્ટ્રિસિટીનું મીટર બૉક્સ શોધી કાઢ્યું. બૉક્સનો દરવાજો અધખુલ્લો દેખાયો. બૉક્સ પર કંઈક પડ્યું હતું. એ હાથમાં લેતા સૂરજના ચહેરા પર ચમક આવી ગઈ. તેમણે દરવાજો પૂરો ખોલીને મોબાઇલ ફોનની ટૉર્ચના લાઇટમાં ફ્યૂઝનો પૉઇન્ટ શોધી લીધો. કોઈએ ફ્યૂઝ કાઢી નાખ્યો હતો ને બૉક્સ પર મૂકી દીધો હતો, સૂરજે એ લગાડતા જ બંગલો ઝળહળી ઊઠ્યો.

અચાનક આંજી નાખતા પ્રકાશને લીધે અજયની આંખો બે-ચાર પળ બંધ થઈ ગઈ. આંખ ખોલી તો સામે જ જોયું એ જોતા જ રહી ગયા. ભીંત પર કોઈ ખૂબસૂરત યુવતીના અગણિત બ્લૅક ઍન્ડ વ્હાઇટ ફોટા

ફ્રેમમાં શોભતા હતા. વચ્ચોવચ એક કલર ફોટો ફ્રેમમાં હતો. દરેક ફોટા એ યુવતીના સૌંદર્ય, તાજગી, સ્ફૂર્તિ અને નૃત્યમાં નિપુણતાના બોલતા પુરાવા હતા. હેરસ્ટાઇલ અને વસ્ત્રોની ફેશન જૂની લાગી, પણ ઓલ્ડ ઇઝ ગોલ્ડ. અજયે નજીક જઈને જોયું તો વધુ આશ્ચર્ય થયું. દરેક બે ફ્રેમની વચ્ચે કોયલના ફોટા ચોંટાડેલા હતા. બેઠેલી, ઊડતી, પાણી પીતી, કંઈક ખાતી, માળામાં બેઠેલી કોયલ. જાતભાતની કોયલ.

અજયને સમજાયું નહીં કે આનો અર્થ શો? તેમણે મોબાઇલ ફોનના કૅમેરાથી યુવતીની ફ્રેમના ફોટા પાડી લીધા. તેઓ કોયલ પર મોબાઇલ કૅમેરો ફોકસ કરે એ અગાઉ એમના ખભા પર હાથ મુકાયો. અજય સમજી ગયા કે કોણ છે?

"સૂરજ, જોયું તમે?"

"જોઈ રહ્યો છું. હવે અન્ય રૂમ જોઈ લઈએ તો?"

"યસ, લેટ્સ ગો..."

બંને બાજુના રૂમમાં ગયા. ત્યાં હાર્મોનિયમ, વીણા અને અન્ય સંગીત સામગ્રી વ્યવસ્થિત રીતે ગોઠવાયેલી પડી હતી. ખૂણામાં સરસ્વતી અને ભગવાન નટરાજની પ્રતિમા હતી. કોઈ ઉમદા ટેસ્ટવાળા ધનવાનનો બંગલો લાગ્યો. બંને પ્રતિમાની સામે ડિશમાં અગરબત્તીની રાખ હતી. રાખ આસપાસ પણ વેરાયેલી દેખાઈ. કદાચ આજકાલમાં અગરબત્તી પ્રગટાવાઈ હોય એવું લાગ્યું. આ રૂમમાં એક સુંદર ગૃહિણીનો ફોટો હતો, જેમાં નીચે નામ લખેલું હતું. રીરી વસંત ભાટિયા. નીચે નાના અક્ષરમાં જન્મ અને સ્વર્ગવાસની તારીખ હતી કદાચ, જે ઝાંખી પડી ગઈ હતી. અજયે આ ફોટો પણ મોબાઇલ કૅમેરાથી ક્લિક કરી લીધો.

અજય અને સૂરજના ધ્યાનમાં એક વાત આવી કે બંગલોમાં ફર્નિચર અને રાચરચીલું ઍન્ટિક અને ક્લાસિક હતાં. કોઈ જન્મજાત ધનાઢ્ય વ્યક્તિની અફલાતૂન પસંદગી ઊડીને આંખે વળગતી હતી. બીજા ત્રણેક રૂમમાં કંઈ નોંધપાત્ર ન મળ્યું. ક્યાંક જૂનાં વાસણો હતાં. એક રૂમમાં પુસ્તકો હતાં. લખવા માટેનું ટેબલ હતું, ખુરશી હતી. જૂના જમાનાનું ગ્રામોફોન હતું. એની પાછળના કબાટમાં અનેક રેકોર્ડ્સ હતી. એ કબાટના કાચ પર પણ બહારની રૂમમાં મુકાયેલી સ્ત્રીનો ફોટો ચોંટાડેલો હતો. બીજા શો-કેસમાં ફાઇલનો ઢગલો કાચમાંથી દેખાતો હતો. આ રૂમની

બારીઓ ખુલ્લી હતી, છતાં નહોતા કાચ તૂટ્યા કે નહોતા અંદર ક્યાંય પથ્થરો પડ્યા.

અજયને સવાલ થયો કે તો પછી પથ્થરો ફેંકાયા ક્યાં? અજયને મનમાં થયેલા સવાલ કળી ગયા હોય એમ સૂરજે એમનું ધ્યાન બારી બહાર દોર્યું. ત્યાં છોડવાના કેટલાક કુંડા હતા. એને બહુ તડકો ન લાગે એટલે ઉપર પતરાં ગોઠવાયાં હતાં. શું પથરા આ પતરાં પર પડ્યા હશે? એના પર પડવાથી જ અવાજ વધુ થવાનો. હવે યાદ આવ્યું કે કદાચ પતરાં પર પથરા પડવાનો અવાજ જ સંભળાયો હતો. ત્યાં પથરા ફેંકવાનો મકસદ શું? મતલબ શું? અને ગોળીબાર ક્યાં થયો? આ સવાલનો બોજ લઈને અજય છેલ્લા રૂમમાં ગયા. આ રૂમના બે દરવાજા હતા. બંધ દરવાજો ખોલ્યો તો બંને ચોંકી ગયા. ત્યાં ઊંધા માથે કોઈક પડ્યું હતું. રૂમમાં બીજું કોઈ નહોતું. આ કદાચ સ્ટોરરૂમ હતો, પણ સાવ ખાલીખમ. અચાનક હવા આવવાથી સામેનો બીજો દરવાજો ખૂલી ગયો અને ભારે અવાજ સાથે અથડાયો. અચ્છા, બંગલોમાંથી બહાર નીકળવા માટે અહીં પણ એક દરવાજો હતો.

અજયે દરવાજામાંથી બહાર નીકળીને જોયું તો તાજા વરસાદને લીધે ભીની થયેલી માટીમાં કોઈના બૂટનાં નિશાન હતાં. પાછા વળતી વખતે એ અજયના ધ્યાનમાં આવ્યું. એકદમ નજીક જઈને જોયું તો મોઢામાંથી હળવી સીટી નીકળી ગઈ. તેમણે મોબાઇલ ફોનથી દરવાજામાં પડેલા કાણાનો ફોટો પાડી લીધો. સૂરજે પૂછ્યું, “ગોળી અહીં ઘૂસી ગઈ હશે?”

અજયે પ્રશંસાયુક્તભાવે સામે જોઈને જવાબ આપ્યો, “શક્યતા ખરી.”

હવે બંનેએ ધ્યાન ત્યાં પડેલી વ્યક્તિ પર આપ્યું. બ્લૂ જીન્સ ઉપર પીળું ટીશર્ટ. પીઠના ભાગને ધ્યાનથી જોવાથી સમજાયું કે આ વ્યક્તિ શ્વાસ લઈ રહી છે. અજયે એ જ સ્થિતિમાં એનો ફોટો પાડી લીધો. પછી હળવા હાથે એ વ્યક્તિને સીધી કરી. એ યુવતી હતી. વીસ-બાવીસ વર્ષની આસપાસની. ખૂબ જ નમણી, રૂપાળી, દેખાવડી. એકદમ ભોળો ચહેરો.

અજય અને સૂરજે ધ્યાનપૂર્વક નિરીક્ષણ કર્યું. ક્યાંય લોહી નીકળતું નહોતું. હા, કપાળ પર જમણી આંખની ઉપર ઢીમડું દેખાયું. અજય આસપાસમાં ધ્યાનથી જોતા હતા, ત્યાં સૂરજ પાણીનો ગ્લાસ લઈને આવ્યા.

અજયે હથેળીમાં પાણી લઈને એ યુવતીના રૂપાળા ચહેરા પર છાંટ્યું. ફરી પાણીનો છંટકાવ કર્યો. બીજીવાર પાણી હથેળીમાં લીધું ત્યાં તેણે આંખ ખોલી. બંનેને જોઈને એ એકદમ ગભરાઈ ગઈ. ભાગવા માટે ઊભી થવા ગઈ, પણ કદાચ હિંમતે સાથ ન આપ્યો. ઢસડાઈને તેણે સૂરજના પગ પકડી લીધા. રડવા સાથે માંડ માંડ બોલી શકી, “જે... જે... જોઈએ એ લઈ લો, બધેબધું લઈ લો... પણ અમને છોડી દો... પ્લીઝ...” સૂરજને થયું કે એના આંસુથી કદાચ પોતાના બૂટ ભીના થઈ રહ્યા છે.

સૂરજ નમીને છોકરીને ઊભી કરવા ગયા, પણ અજયે રોકી લીધા. છોકરી ફરી કરગરવા માંડી, “સાચું કહું છું. બધું રાખી લો... પેપર્સ બનાવો... હું સહી કરી આપીશ... મારે બસ જીવવું છે, નિરાંતે જીવવું છે... પ્લીઝ... હું દૂર જતી રહીશ... રંજનને લઈને... આ ડિયર કુકુ તમને ફરી નહીં દેખાય... ક્યારેય નહીં, પ્લીઝ...”

આ શબ્દો સાંભળતાવેંત અજય મહેતાએ કુકુને ઊભી કરી, “ડરવાની જરૂર નથી... હું ડિટેક્ટિવ અજય મહેતા... તમે મૅસેજ કર્યો ને, ફોન કર્યો હતો ને...”

કુકુ જોઈ જ રહી. એના સુંદર, રૂપાળા અને ભોળા ચહેરા પર ઉદાસી, ડર અને આંસુ જરાય શોભતા નહોતા. તેણે અજયનો હાથ પકડી લીધો, “પ્લીઝ... પ્લીઝ મને બચાવી લો... રંજનને બચાવી લો...”

“રંજન કોણ?”

“મારી બહેન... મોટી બહેન...”

“ક્યાં છે એ?”

“અંદર હશે... હૉલમાં જ હતી એ...”

અજય કે સૂરજ કંઈ બોલ્યા નહીં. ખોડંગાતા પગે કુકુ બહાર આવી. પેલી સ્ત્રી અને કોયલવાળા વિશાળ હૉલમાં રંજન નહોતી. હાંફળીફાંફળી થઈને કુકુ એક ઓરડામાંથી બીજા ઓરડામાં ફરી વળી. ક્યાંય નહોતી રંજન કે એનું કોઈ નામ-ઓ-નિશાન. કુકુ એકદમ રડમસ થઈ ગઈ. “એ... લોકો રંજનને લઈ ગયા? ના, ના... એને કંઈ થાય એ પહેલાં હું બધી પ્રોપર્ટીમાંથી મારો અને રંજનનો હિસ્સો આપી દઈશ. મારે કંઈ જોઈતું નથી. અમે બંને બહેનો નિરાંતે જીવીશું, શાંતિથી...”

"કોને આપી દેશો હિસ્સો?" અજયે પૂછ્યું, પણ કંઈ જવાબ આપવાને બદલે કુકુ પડી ગઈ બેહોશ થઈને.

◆

**ફિલ્મ:* 'શાન' (1950), *ગાયક:* સુરૈયા, *ગીતકાર:* રાજેન્દ્રકૃષ્ણ, *સંગીતકાર:* હંસરાજ બહલ, *કલાકારો:* રહેમાન, સુરૈયા, સપ્રુ, મનોરમા, *દિગ્દર્શક:* જયંત દેસાઈ

4

સિતમગર દિલ મેં તેરે આગ ઉલ્ફત કી લગા દૂંગા
કસમ તેરી મુઝે મૈં પ્યાર કરના ભી સિખા દૂંગા*

હૉસ્પિટલમાં કુકુને તપાસ્યા બાદ ડૉ. કર્ણિકે સધિયારો આપ્યો, "કંઈ ડરવા જેવું નથી. માથા પર સહેજ વાગ્યું છે. ક્યાંક માથું ભટકાયું હોઈ શકે. બાકી ગભરાટને લીધે બેહોશ થઈ ગઈ છે. પણ રંજનને બદલે તમે લોકો કેમ આને હૉસ્પિટલમાં લાવ્યા? એ તો કાયમ સાથે ને સાથે જ હોય જ? ક્યાં છે એ?"

સૂરજે સહસ્રબુદ્ધેને અજય મહેતાની ઓળખાણ કરાવી, "આ મારા ફ્રેન્ડ છે. ડિટેક્ટિવ અજય મહેતા. કુકુએ ફોન કરીને તાત્કાલિક બોલાવ્યા. અમે વસંત-રીરી પહોંચ્યા અને..."

સૂરજે ઇરાદાપૂર્વક વાત અધૂરી છોડી દીધી. ડૉ. કર્ણિકે આશ્ચર્ય વ્યક્ત કર્યું, "રંજન સાથે ન હોય એવું ભાગ્યે જ બને. વરસોથી બંને બહેનોને સાથે જોઈ છે. જોકે વસંત-રીરીમાં ગયા ને મને તો વરસો થઈ ગયાં."

અજયની આંખમાં ચમક આવી ગઈ, "આપ કેટલાં વરસોથી ઓળખો બંને બહેનોને?"

"બંને બહેનોને જ નહીં, એના પપ્પા રમેશભાઈ અને મમ્મી કલ્પનાબહેનનેય ઓળખું. બહુ ભલા માણસ હતા હોં બંને."

"હતા... એટલે?"

"દોઢેક વર્ષ અગાઉ મુંબઈથી આવતી વખતે કારને એક ટ્રકે ઉડાડી દીધી અને બંને ઘટનાસ્થળે જ ખતમ. બાળકો એક પળમાં નોંધારાં અનાથ થઈ ગયાં."

"ઓહ! વેરી સેડ. ડૉક્ટરસાહેબ આ બંગલોનું વસંત-રીરી નામ કેમ?

અંદર જે ફોટા છે એ વિશે આપ કંઈ કહી શકો?"

"ચોક્કસ. ઘણું જાણું છું. કહો કે બધું જાણું છું આ પરિવાર વિશે. એક લાઇનમાં કહી શકાય કે બહુ ઓછા ધનવાન પરિવાર આવા ભલા હોય. વાતો કરીશું ચોક્કસ, પણ આજે બહુ થાક્યો છું. ઘરે દીકરી-જમાઈ આવ્યાં છે. આપણે કાલે સાંજે મળીએ, સહસ્રબુદ્ધેસાહેબ, સાંજે મળીએ બીઅર પર? મહેતાસાહેબને લઈને આવજો. નિરાંતે ગપ્પાં મારીશું."

સૂરજ પાસે માથું હલાવવા અને અજય પાસે સ્મિત ફરકાવવા સિવાયનો વિકલ્પ નહોતો. ઉતાવળે પગલે ડૉ. કર્ણિક રવાના થયા. સૂરજ સહસ્રબુદ્ધે રૂમમાં જોવા ગયા કે કુકુ હોશમાં આવી કે નહીં. ત્યાં અજયે સામેથી એક પોલીસ ઑફિસર અને બે હવાલદારને આવતા જોયા. હૉસ્પિટલના વૉર્ડબૉય અને નર્સ તો એકદમ છક થઈ ગયાં. ખુદ પોલીસ સ્ટેશનના ઇનચાર્જ ઇન્સ્પેક્ટર સદાનંદ પાટિલ હૉસ્પિટલમાં આવ્યા!

અજય મહેતાએ મૌનને મુનાસીબ માન્યું. થોડીવારમાં સહસ્રબુદ્ધે બહાર આવ્યા ને અજયને માહિતી આપી, "હોશમાં આવી ગઈ છે, કુકુ." કંઈ બોલવાને બદલે અજયે સદાનંદ પાટિલ ભણી આંગળી ચીંધી. સૂરજ એકદમ ઉમળકાભેર ધસી ગયા, "હાય સદાનંદ, હાઉ આર યુ?"

"આઇ એમ ફાઇન. તમે અહીં? તબિયત તો સારી છે ને?"

સૂરજે હસીને જવાબ આપ્યો, "થૅન્ક્યુ, આઇ એમ ફાઇન. એક ફ્રેન્ડ સાથે આવ્યો છું." સૂરજે હાથ હલાવીને બોલાવતા અજયે બંનેની તરફ ચાલવાનું શરૂ કર્યું. અજય પાસે આવ્યા એટલે સૂરજે ઓળખાણ કરાવી.

"અજય, આ છે સિનિયર ઇન્સ્પેક્ટર સદાનંદ પાટિલ. લોનાવાલા પોલીસ સ્ટેશનમાં ઇનચાર્જ અને મારા ફ્રેન્ડ."

અજયે સ્માઇલ આપ્યું. સૂરજે સદાનંદ સામે જોયું, "ઍન્ડ સદા ધીસ ઈઝ અજય મહેતા, માય ફ્રેન્ડ ફ્રોમ બૉમ્બે."

"તમારો મિત્ર? નામ સાંભળ્યું નથી ક્યારેય!"

"અરે, આપણે નિરાંતે મળી જ ક્યાં શકીએ છીએ કે આવાં ગપ્પાં મારીએ?"

"શું કરે છે તમારા મિત્ર?" સદાનંદની અંદરના પોલીસે કુતૂહલ વ્યક્ત કર્યું.

"ઑલમોસ્ટ, તમારા જેવી જ કામગીરી છે એમની!"

સદાનંદે અજયને ધારીને જોયું, "ઑલમોસ્ટ એટલે?"

સૂરજે સ્માઇલ કર્યું, "મહેતા પ્રાઇવેટ ડિટેક્ટિવ છે."

તરત સદાનંદના ચહેરા પર નાપસંદગી ઊપસી આવી. એ કંઈ ન બોલ્યા. સૂરજે પરાણે બંનેના હાથ ખેંચીને મિલાવ્યા, "હવે બંને બોલો તો ખરા કે નાઈસ ટુ મીટ યુ."

અજયે જોશભેર છતાં હળવેકથી હાથ દબાવીને પ્રતિસાદ આપ્યો, "રિયલી નાઇસ મિટિંગ યુ, મિસ્ટર પાટિલ."

સદાનંદે યંત્રવત્ જવાબ આપ્યો, "સેઇમ ફિલિંગ્સ હિયર." તરત જ સૂરજ સામે જોઈને તેમણે પૂછ્યું, "પણ હૉસ્પિટલમાં કેમ આવવાનું થયું? તમારા આ ફ્રેન્ડના કોઈ રિલેટિવ...?"

"હા, એમના ખાસ સંબંધી..."

"ઓહ, આઇ એમ સૉરી. લોનાવાલા ફરવા આવ્યા હશે ને?"

"હા, આવ્યા હતા વૅકેશન માટે, પણ ક્લાયન્ટે ઝડપી લીધા લોનાવાલામાં." સૂરજ હસી પડ્યા.

સદાનંદે હસવાનો ડોળ સુધ્ધાં ન કર્યો, "હું ક્લાયન્ટ્સનું નામ જાણી શકું?"

અજય મહેતાને બહુ ગમ્યું નહીં, આ સવાલ પૂછવાનું, પણ નાછૂટકે જવાબ આપ્યો, "કુકુ..."

એક પળ સદાનંદની આંખમાં ચમક આવી ગઈ, પણ તરત સ્વસ્થતા સાથે પૂછ્યું, "કુકુ... નાઇસ નેમ... પેટ નેમ હશે... સાચું કે પૂરું નામ?"

અજયે એકદમ સપાટ સ્વરમાં જવાબ આપ્યો, "કુકુ... ડિયર કુકુ... વસંત-રીરી બંગલો, લોનાવાલા. આનાથી વધુ માહિતી નથી મારી પાસે."

"ઓહ! વસંત-રીરી... વ્હૉટ અ કો-ઇન્સિડન્સ... હું સીધો વસંત-રીરીથી જ અહીં આવ્યો. એક કેસના સંદર્ભમાં તપાસ માટે ગયો હતો, પણ..."

"પણ શું મિસ્ટર પાટિલ?" અજયથી પૂછ્યા વગર ન રહેવાયું.

સદાનંદ મોઢું કટાણું કરીને બોલ્યા, "આપને જવાબ આપવા હું બંધાયેલો નથી, પણ તમારે કહેવું પડશે કે કુકુ ક્યાં છે?"

અજય કંઈ જવાબ આપે એ પહેલાં કૅપ્ટન સૂરજ હાથ પકડીને સદાનંદને કુકુના રૂમ તરફ લઈ ગયા. તેઓ ધીમેથી બોલ્યા, "સદાનંદ, અજય ઈઝ રિયલી નાઇસમૅન. આઈ ગૅરન્ટી યુ. આ રીતે વાત ન કરો એની સાથે."

"તમારો દોસ્ત છે તો ઘરે પુરણપોળી જમાડીશ, પણ જો કોઈ કારનામા કરશે તો થર્ડ ડિગ્રી અજમાવતા મને રોકી નહીં શકો. ફ્રેન્કલી, આઇ ડોન્ટ ટ્રસ્ટ ડિટેક્ટિવ. એ સમાજનો પોલીસ પરનો અવિશ્વાસ છે અવિશ્વાસ."

"ડિટેક્ટિવ એટલે સમાજનો પોલીસ પરનો અવિશ્વાસ એ કઈ રીતે? ઊલટાનું એ તો ગુનેગારોને જેર કરવામાં મદદરૂપ નથી થતા?" સૂરજને બે દોસ્ત વચ્ચેના વણઘોષિત જંગના ભણકારા અકળાવા માંડ્યા.

સૂરજે કુકુની રૂમનો દરવાજો ખોલીને જોયું તો સિસ્ટર એને કંઈક પીવડાવી રહી હતી. એ કંઈ બોલવા જાય એ અગાઉ ઇન્સ્પેક્ટર સદાનંદ પાટિલ બહાર નીકળી ગયા.

સદાનંદ અને સૂરજ બરાબર અજય પાસે આવીને ઊભા રહ્યા. એકદમ ધ્યાનમાં ન આવે એ રીતે ત્રાંસી નજરે અજયનું પગથી માથા સુધી નિરીક્ષણ કર્યા બાદ ઇન્સ્પેક્ટરના ખુમાર સાથેનો સદાનંદનો અવાજ નીકળ્યો, "મિસ્ટર મહેતા, તમારે મારી સાથે પોલીસસ્ટેશન આવવું પડશે."

અજયે હસીને જવાબ આપ્યો, "શ્યોર, પણ શા માટે એ જાણી શકું?"

"મારે કારણ આપવાની જરૂર નથી, પણ કહી દઉં કે પૂછપરછ કરવાની છે."

"ઇન્સ્પેક્ટરસાહેબ, અત્યારે તો ખૂબ રાત થઈ ગઈ છે. કાલે વાત કરીએ. મારી અનુકૂળતાએ આવીશ. ઈઝ ઇટ ઓકે?"

"મિસ્ટર મહેતા, તમે સાંભળવામાં કે સમજવામાં ભૂલ કરી. મેં ચા-નાસ્તા માટે આમંત્રણ નથી આપ્યું કે આપની અનુકૂળતા જોવી પડે. ધીસ ઈઝ પોલીસ ઇન્કવાયરી ઍન્ડ અરજન્ટ."

વાત વણસી જાય એ અગાઉ સૂરજે હળવેકથી અજયનો હાથ દબાવ્યો. અજયનેય થયું કે ઇન્સ્પેક્ટર સાથે વાત કરવાથી કદાચ વધુ જાણકારી મળશે. વસંત-રીરીમાં તેઓ શા માટે ગયા હતા એ જાણવુંય જરૂરી છે ને? આમેય અત્યાર સુધી જે બન્યું એનું સેન્ટર સ્ટેજ તો વસંત-રીરી છે ને હા, એ મંચ પર કયો કલાકાર શું ખેલ પાડી રહ્યો છે એ જાણવાનું બાકી છે.

અજય મહેતાએ હળવેથી બંનેના ખભા ઉલાળ્યા, "આપ જેમ કહો એમ મિસ્ટર પાટિલ. મેં ક્યારેય પોલીસને દુશ્મન માન્યા જ નથી..."

સદાનંદે ફૂંફાડો માર્યો, "એવી ભૂલ કરતાય નહીં ક્યારેય... બાય ધ

વે, મેં ક્યારેય પ્રાઇવેટ ડિટેક્ટિવને દોસ્ત સમજ્યા નથી. એ સહેજ આપની જાણ ખાતર. લેટ્સ ગો." પોતાની માન્યતા આટલી જલદી સાચી પડતી જોઈને સૂરજની મૂંઝવણ વધવા માંડી.

પોલીસ સ્ટેશનમાં જઈને બેસતાવેંત ત્રણ કપ ચા આવી. સદાનંદ અને સૂરજે કપ ઉપાડ્યા, પણ અજયે ચાના કપ સામે જોયું સુધ્ધાં નહીં. સદાનંદ ગરમાગરમ ચાનો ઘૂંટડો લેતા બોલ્યા, "સૂરજ, આપના દોસ્તને ઠંડી ચા પીવાની આદત છે?"

સૂરજ કંઈ બોલે એ અગાઉ અજય હસીને બોલ્યા, "દોસ્ત આપે તો ઝેર પી જાઉં, દોસ્ત ન હોય એનું અમૃત પણ શા માટે પીવું? મારી ફિકર છોડો. એન્જોય યૉર ટી. આપની વર્દી અને સત્તાની પૂછપરછ પતે પછી મારે ય ઘણું વિચારવાનું છે."

પોતાની ચામાં માખી પડી હોય એમ સદાનંદે કપ નીચે મૂકી દીધો. અજયનો ચહેરો ધ્યાનપૂર્વક જોયો, "સારી ડાયલોગબાજી કરી લો છો. ડિટેક્ટિવ ઓછા ને ફિલ્મી લેખક વધુ લાગો છો. કમ ટુ ધ પૉઇન્ટ..." લોનાવાલામાં શું કરો છો? ક્યારે આવ્યા ને વસંત-રીરી સુધી કેવી રીતે પહોંચ્યા?

અજય અદ્દલ સદાનંદની જ શૈલીમાં એનો ચહેરો જોઈ રહ્યો, "ઇન્સ્પેક્ટર... લોનાવાલામાં મારો નાનકડો બંગલો છે.... આ કૅપ્ટન જેવા થોડા મિત્રો છે... અને હવે તો કાશ્મીરમાંય સરળતાથી અવરજવર થાય છે, તો આ તો લોનાવાલા છે. રિલેક્સ થવા આવ્યો હતો... વૅકેશન, ઇઝ ધેટ ક્લિયર?"

"વૅકેશન? તમે તો ટેન્શન લીધું અને દીધું. નસીબદાર છો કે તમે કૅપ્ટનના દોસ્ત છો."

"એક મિનિટ. કૅપ્ટનને પ્રતાપે શા માટે રહેમ કરવી? મેં કંઈ ભૂલ કે ગુનો કર્યો નથી. એક પ્રોફેશનલની જેમ વર્તવાનું રાખો."

"ગુડ. મને ફરીથી કહો આ કુકુના સંપર્કમાં આવવાથી લઈને બંગલોની મુલાકાત સુધીની પૂરી વાત શબ્દસઃ... પૂરેપૂરી..."

અજયે જે બન્યું હતું એ બધું કહી દીધું, કંઈ પણ છુપાવ્યા વગર. વાત પૂરી થયે સદાનંદે બે હોઠ ભીંસી લીધા. પછી ધીરેથી બોલ્યા, "તમે મુંબઈ રહો છો... કોઈ તમને લોનાવાલા બોલાવે પણ તમે લોનાવાલામાં જ

હો... મૅસેન્જર કૉલ બાદ અજાણી વ્યક્તિને, એ પણ એક યુવતીને મળવા તમે રાતોરાત ધસી જાઓ... એ બેભાન ઘાયલ અવસ્થામાં મળે... એના ઘર પર ગોળીબાર થાય... એની બહેન ભાગીને અમારી પાસે આવે... તમે એ ઘાયલને હૉસ્પિટલ લઈ જાઓ... પછી મારી સામે ખુલાસો કરવા સ્વસ્થપણે બેસો... એકદમ ડ્રામેટિક નથી લાગતું? મને તો ખૂબ ફિલ્મી લાગે છે..."

"હું ડિટેક્ટિવ છું. ક્લાયન્ટની ચીસ મને ગમે ત્યાં દોડતો કરવા માટે પૂરતી છે. યોગાનુયોગે હું લોનાવાલામાં હતો, એ મારો વાંક કે એના નસીબ? અને ઇન્સ્પેક્ટર ઘણીવાર સત્ય છે ને કલ્પના કરતાં વધુ આંચકાજનક હોય છે..."

"લેટ મી ટેલ યુ. કૅપ્ટન સાથે ન હોત તો તમે આજની રાત મારી કોટડીમાં કાઢી હોત હોં. આ શક્યતા જરાક વિચારી તો જુઓ."

"ધેટ ઇઝ ઇમ્પૉસિબલ. નસીબદાર છો કે એવું ન થયું. નહીંતર તમને ભારે પડી ગયું હોત. ખૂબ જ ભારે પડી ગયું હોત. ગોટ ઇટ?" અજય ધીમા પણ રોબદાર અવાજે બોલ્યા.

◆

****ફિલ્મ:*** 'આન' (1952), ***ગાયક:*** મોહમ્મદ રફી, ***ગીતકાર:*** શકીલ બદાયુની, ***સંગીતકાર:*** નૌશાદ, ***કલાકારો:*** દિલીપકુમાર, નિમ્મી, નાદીરા, પ્રેમનાથ, ***દિગ્દર્શક:*** મહેબૂબ ખાન. આ ગીતમાં માત્ર કુકુનો ડાન્સ છે, તેમના માટે ગીતના કોઈ શબ્દો નથી.

5

પતલી કમર હૈ તીરછી નજર હૈ
ખિલે ફૂલ સી તેરી જવાની...*

બીજા દિવસે સવારે કોયલના ટહુકા અગાઉ અજય મહેતા જાગી ગયા. હકીકતમાં રાતે બહુ ઓછો સમય ઊંઘી શક્યા. ઉજાગરા ઉપરાંત ખૂબ વિચાર્યાનો થાક વર્તાતો હતો ચહેરા પર. કાળીદાસ સમજી ગયા કે આજે આમને બહુ વતાવવા જેવું નથી. શક્ય એટલું દૂર રહેવું સારું. ચાનો કપ મૂકીને કાળીદાસ પાછા ફરે એ અગાઉ અજય મહેતા ધીમા અવાજે બોલ્યા, "કાળુભા, બેસો તો ખરા... એમ કંઈ જવાય ખરું?"

કંઈ પૂછ્યા વગર કાળીદાસ સામે બેસી ગયો. સમજી ગયા કે મહત્ત્વની ને ગંભીર વાતો થવાની. તેમણે ટિપૉય પરના ચાના કપ નજર નાખી એટલે અજયે હસીને કપ ઉપાડી લીધો, "કાળુભા, તમારે મને મદદ કરવાની છે. લોનાવાલા વિશે બહુ કે બધું જાણતા હોય એવા એક માણસની જરૂર છે... લોનાવાલામાં જે સાચીખોટી ગપસપ થતી હોય અને ગમે તેની વિશે માહિતી જોઈતી હોય એ મેળવી આપે એવા બીજા માણસની જરૂર છે... ક્યારે થઈ શકે? ઉતાવળ છે."

"અજયભાઈ, થઈ તો જાય... પણ તમારી જરૂરિયાતમાં થોડો ફેરફાર શક્ય છે? એનાથી કામ ફટાફટ થઈ જશે."

"એટલે? સમજ્યો નહીં તમારા કહેવાનો અર્થ."

"બંને કામ એક જ માણસ કરતો હોય તો ચાલે?"

"ટુ ઇન વન હોય તો ચાલે નહીં, દોડે... જલદી બોલાવો. કોણ છે એ? કેવો માણસ છે?"

"...એકદમ રોકડિયો છે હોં... વગર પૈસે પોતાનું નામ કહેવાય મોઢું નહીં ખોલે..."

"તમતારે બોલાવી લો... કરો ફોન..."

"ફોન નથી રાખતો... એને શોધવા નીકળવું પડશે... મળે ત્યારે ખરો."

"ભલે, નીકળો. એક કામ કરો. માર્કેટમાંથી સસ્તાવાળો મોબાઇલ લઈ લો અને એક સીમકાર્ડ પણ."

કાળીદાસને કંઈ સમજાયું નહીં, પણ સવાલ કરવાને બદલે ઊભો થઈ ગયો. અજય મહેતાએ લેપટોપ ઑન કર્યું ત્યાં પાછા ફરીને કાળીદાસ બ્રેડબટર અને જામ મૂકી ગયા, "નાસ્તો કરી લેજો. હવે કેસમાં ભૂખ, તરસ અને ઊંઘ ભૂલી જાઓ એ મારા ઘરમાં નહીં ચાલે..."

અજય હસીને ઊભા થયા. કાળીદાસના હાથ પકડી લીધા, "ઓકે દાદા, જેવો આપનો હુકમ." આટલું બોલીને એક બ્રેડ ઉપાડીને તેમણે બટકું ભર્યું. કાળીદાસ થોડા સધિયારા સાથે રવાના થયો. અજયે ઑન થયેલા લેપટોપમાં મેલ જોવા માંડ્યા. પોતાના માણસોને રાતે જ વસંત-રીરીમાં પાડેલા મહિલાના ફોટા મોકલાવીને વિગતો માગી હતી. આ ફોટા વિશેની રજેરજ માહિતી આપવાની તાકીદ કરી હતી. પછી સદાનંદ પાટિલ સાથેની લમણાઝીંકમાં બધું ભુલાઈ ગયું. આ ભૂલવું અજયને ન ગમ્યું.

માહિતી મુજબ એ ફોટો બોલીવુડની વીતેલા જમાનાની ટોપ ડાન્સર કુકુનો હતો. મૂળ અને પૂરું નામ કુકુ મોરે. 'રબર ગર્લ ઑફ બોલીવૂડ'નું બિરુદ મેળવવા જેટલી સ્ફૂર્તિ હતી કુકુમાં. કોઈક વળી એને બોલીવૂડની ફર્સ્ટ આઇટમ ગર્લ પણ કહેતા. બીજી ઘણી વિગતો હતી, કુકુની ચપળતા, નૃત્ય-નિપુણતા, સફળતા અને સ્ટારડમની. જોકે અજયને સતાવતો સવાલ એ હતો કે વસંત-રીરીની દીવાલો પર કુકુના આટલા બધા ફોટો કેમ? શું કુકુના પપ્પા રમેશભાઈ સાથે કોઈ સંબંધ હશે એને? આવું વિચારવા બદલ અજયને શરમ આવી. પોતાની જાતને ટપારી સ્ત્રી-પુરુષ વચ્ચે બીજા કોઈ સંબંધ હોય જ નહીં? પણ જે હોય એ શોધી કાઢ્યા વગર નહીં ચાલે. અજયે કુકુ વિશેની બધી વિગતો ફરી ફરી વાંચી.

પછી જાણે શું સૂઝ્યું કે ઇન્ટરનેટ પર લોનાવાલા વિશે વાંચવા માંડ્યા. ઘણી રસપ્રદ સામગ્રી હતી, પણ કુકુના કેસ સાથે એને શો સંબંધ? મોબાઇલ ફોનની ઘંટડીએ વિચાર-તંદ્રામાંથી જગાડ્યા. સામેથી કેપ્ટન સૂરજ

સહસ્રબુદ્ધે બોલ્યા, "ઘરેથી બહાર નીકળતા નહીં. હું અડધા કલાકમાં આવ્યો." અજયને સવાલ થયો કે કેપ્ટન કંઈ કહેવા માગે છે?

અડધા કલાકમાં સૂરજ સહસ્રબુદ્ધે ન આવ્યા, પણ કાળીદાસ પાછો ફર્યો. હાથમાં તાજા શાક અને ફળની થેલી. સથવારામાં એક ઊંઘરેટિયો માણસ. થોડી વધેલી દાઢી, અસ્તવ્યસ્ત વાળ, થોડા કાળા અને વધુ સફેદ. કાળીદાસે ઓળખાણ કરાવી, "આ વાંકડે, વિનોદ વાંકડે. મેં વાત કરી હતી એ માણસ. લોનાવાલા અને લોનાવાલાના લોકો વિશે એના જેટલું કોઈ ન જાણે."

અજયે વિવેક કર્યો, "બેસો. આપનું કામ છે થોડું."

બેસવાને બદલે વિનોદે થોડી નારાજગી સાથે કાળીદાસ તરફ જોયું. અજયને કંઈક યાદ આવ્યું. વૉલેટમાંથી સો-સો રૂપિયાની બે નોટ કાઢીને વિનોદ તરફ ધરી. બંને નોટ પોતાના શર્ટના ગજવામાં મૂકીને ભાવહીન ચહેરે વિનોદ અજયની સામે બેસી ગયો.

અજય સીધા મૂળ મુદ્દા પર આવી ગયા, "મારે લોનાવાલાના બંગલો વસંત-રીરી અને એમાં રહેનારા લોકો વિશે વધુમાં વધુ માહિતી જોઈએ છે."

વિનોદ વાંકડેએ ગજવામાંથી તમાકુ અને ચૂનાની ડબ્બી કાઢી. એક હાથમાં તમાકુ લઈને એમાં ચૂનો મિક્સ કર્યો, બીજા હાથમાં આ મિશ્રણને મસળવાનું શરૂ કર્યું. અજય એની સામે જોઈને બોલ્યા, "મને નથી લાગતું કે એકાદ કલાકથી વધુ વાત થાય. એ માટેની રકમ બમણી કરી નાખું. જો આ તમાકુ મોઢામાં ન ભરો તો..."

વિનોદે ફરી કાળીદાસ સામે જોયું. કાળીદાસે હકારમાં માથું હલાવ્યું. વિનોદે સામે પડેલું છાપું ઊંચકીને એક પાનાનો ટુકડો ફાડી લીધો. ખૂબ જતનથી મસળેલું તમાકુ એમાં મૂકીને કાળજીપૂર્વક પડીકી બનાવીને શર્ટના ગજવામાં મૂકી દીધી.

આ તમાકુ ખાવાનું પડતું મૂકવાનું બહુ ગમ્યું ન હોય એવા ભાવ સાથે વિનોદે અજય સામે જોયું. અજયે પૂછ્યું, "વસંત-રીરી વિશે શું જાણો છો?"

"વરસો અગાઉ મુંબઈના શેઠિયા વસંત સોનીએ આ જૂનો બંગલો ખરીદ્યો હતો. અગાઉના બંગલોમાં ભારે ખર્ચ કરાવ્યો. એકદમ આલીશાન બંગલો બનાવ્યો હતો."

"કેટલાં વરસ થયાં હશે એને?"

“60-70 વરસ.”

અજય એકીટસે વિનોદને જોઈ રહ્યા. એ નજરમાં અવિશ્વાસ જોઈને વિનોદ હસી પડ્યો, “આ હસવાના અલગ પૈસા ગણજો. હું કામ કરતી વખતે હસતો નથી. તમારી સામે બેઠું છે એ પચાસ વર્ષ જૂનું મૉડેલ છે, પણ એમ તો હું લોનાવાલાના સેંકડો વરસનો ઇતિહાસ જાણું છું. વાત કરવી છે કે જાઉં હું?”

અજય વિચારમાં પડી ગયા. એક ઝાટકા સાથે ગજવામાંથી પડીકી કાઢીને મોઢાના ડાબા ગલોફામાં તમાકુ મૂકીને વિનોદે આંખ બંધ કરી દીધી, “ઍક્સ્ટ્રા પૈસા નથી જોઈતા મારે.”

અજયના ચહેરા પર સ્મિત આવી ગયું કે વાંકડે છે સ્વાભિમાની. તેમણે વાત છેડી, “સાચી વાત છે તમારી. અચ્છા એ કહો કે આ વસંત શેઠ અહીં આવતા હતા ખરા?”

“સાંભળ્યું છે કે ખૂબ નિયમિતપણે આવતા હતા. મોટે ભાગે વાઇફ સાથે જ. ક્યારેક એક દીકરોય સાથે આવતો...”

“એનું નામ ખબર છે...?”

“સાંભળ્યું હતું, પણ યાદ નથી આવતું... અહીંથી નીકળીને તપાસ કરું...”

“રમેશ હશે કદાચ...”

આ સાંભળતા જ વિનોદ વાંકડેએ આંખ ખોલી, “મારી પરીક્ષા લેવાના પૈસા ચૂકવો છો?”

“ના, ના. થોડી જાણકારી મળી છે. દીકરો અને વસંત એની વાઇફ કલ્પના. બરાબર?”

“એકદમ સાચું, બંને એક્સિડન્ટમાં ગયાં”, આટલું બોલીને વિનોદે આંગળી ઉપર ચીંધી.

“આ વસંતભાઈના ફેમિલીમાં કોણ?”

“ત્રણ ફરજંદ છે. પેલી ડીઅર કુકુ... રંજન અને... એક દીકરો... હા, કિશોર...સાંભળ્યું છે કે આ દીકરો રમેશભાઈની પહેલી વાઇફથી છે.”

“ત્રણેય અહીં જ રહે?”

“પહેલા મુંબઈથી આવતા-જતા હતા, પણ લગભગ બે-ત્રણ વર્ષથી અહીં જ રહે છે.”

અજય કંઈ પૂછે એ અગાઉ કૅપ્ટન સૂરજ સહસ્રબુદ્ધે આવી ગયા. એમને

જોઈને વિનોદ ઊભો થઈ ગયો. કેપ્ટને ઇશારો કર્યો એટલે વિનોદ બેસી ગયો. વિનોદે ગજવામાંથી બસો રૂપિયા કાઢીને અજયની સામે મૂકી દીધા.

અજયે માંડ હસવાનું રોક્યું. તેમણે પૂછ્યું, "વિનોદ, ફિલ્મ 'શોલે' જોઈ હતી?"

"હા, ચાર-પાંચ વાર... ગબ્બરને જોઈને જ તમાકુ ખાતાં શીખ્યો."

"એમાં હેમામાલિનીનો ડાયલોગ છે કે ઘોડા ઘાસ સે દોસ્તી કરેગા તો ખાયેગા ક્યા? આ રૂપિયા લઈ લે..."

"અરે કેપ્ટનસાહેબ હોય પછી પૈસા ન લેવાય, સર."

અજયે સૂરજ સામે જોયું. સૂરજે ઇશારો કરતા વિનોદે બસો રૂપિયા ઝડપભેર ગજવામાં મૂકી દીધા.

"વિનોદ, આ ત્રણેય ભાઈ-બહેન વિશે શું જાણે છે?"

"મોટી બહેન રંજન એકદમ બીકણ. કુકુ એકદમ ભોળી અને કિશોર એકદમ ગોનકેસ. ગામનો ઉતાર સમજી લો."

"અચ્છા, બીજું શું જાણે છે?"

"કીધું તો ખરું... કુકુને તમે મળ્યા ને? સાવ પારેવડા જેવી ભોળી, પરાણે વહાલી લાગે એવી છે. રંજન મોટી, પણ સાવ બીકણફોસી. સતત ગભરાયેલી રહે. અને કિશોર માટે શું બોલું? દારૂડિયો, ગંજેરી, ચરસી અને ન જાણે શું શું..."

"આ ન જાણે એટલે શું શું?"

"પહેલા કિશોર વસંત-રીરીમાં રહેતો હતો. એનો એક અલગ નાનો બંગલોય છે... ન જાણે ક્યારે લીધો, કોની પાસેથી અને કેટલામાં... એકદમ અવાવરો અને અંધારિયો... ધોળે દિવસેય કોઈ ત્યાં ન જાય. એ ત્યાં જ પડ્યોપાથર્યો રહે છે. એકલોઅટૂલો... ક્યારેક એના જેવા બદમાશો સાથે હોય..."

"એ બંગલાનું ઍડ્રેસ છે?"

"એમ ઍડ્રેસ જણાવવું સહેલું નથી. હું તમને રસ્તો બતાવું..."

પછી વિનોદ વાંકડેએ લોકેશન સમજાવ્યું. ખરેખર અટપટું હતું, પણ કેપ્ટન સૂરજે નજરથી ધરપત આપી કે હું લઈ જઈશ ત્યાં.

વિનોદને એક હજાર રૂપિયા આપીને રવાના કરાયો. તે પૈસા લેવા જ માગતો નહોતો, પણ સૂરજના આદેશ પર લઈ લીધા. અજયે સૂરજ સામે

જોયું, "મને લાગે છે કે હું કુકુને મળી લઉં. કાલની વધુ વિગતો મારે મેળવવી છે. તમારો શું પ્રોગ્રામ છે?"

"તમારા ડિટેક્ટિવ અને ક્લાયન્ટની વાતચીતમાં હું ક્યાં વચ્ચે પડું? તમતમારે પતાવો, પછી ફોન કરો. અનુકૂળ હોય તો સાંજે મળીએ."

સૂરજે અજયને વસંત-રીરી પાસે છોડ્યા. અજય ઉતાવળે પગલે બંગલોની નજીક ગયા, ત્યારે તેઓ જાણતા નહોતા કે લોનાવાલામાં રિયલ એસ્ટેટ અને જમીનના સોદામાં ગળાડૂબ કૅપ્ટન સૂરજ સહસ્રબુદ્ધે ક્યાં જઈ રહ્યા હતા?

◆

***ફિલ્મ:** 'બરસાત' (1949), **ગાયક:** મૂકેશ, લતા મંગેશકર, **ગીતકાર:** શૈલેન્દ્ર, **સંગીતકાર:** શંકર-જયકિશન, **કલાકાર:** રાજ કપૂર, નરગીસ, **દિગ્દર્શક:** રાજકપૂર. *આ ગીતમાં કુકુને ગાવા માટે શબ્દો નહોતા, પણ એની અદાએ પ્રેક્ષકોનાં દિલ જીતી લીધાં હતાં.*

6

દિલ મેં તું દિલ મેં તું, સપનોં કી મહેફિલ મેં તું*

વસંત-રીરીના મેઇન હૉલમાં કુકુ બેઠી બેઠી 'રામાયણ'ની મિનિ એડિશન વાંચી રહી હતી. ડિટેક્ટિવ અજય મહેતાને આવતા જોઈને તેણે પૂરી શ્રદ્ધા સાથે પુસ્તક બંને આંખ પર લગાડીને બાજુમાં પડેલા લાલ રંગના કપડા પર મૂક્યું. 'રામાયણ'ને વ્યવસ્થિત વીંટીને વસંત સોની અને રીરી સોની તથા રમેશ સોની અને કલ્પના સોનીના ફોટા પાસે મૂકી દીધા. અચાનક કંઈક ધ્યાનમાં આવતા અજય મહેતાને વિનંતી કરી, "આપ બેસો પ્લીઝ, હું બે મિનિટમાં આવી."

પછી દાદા-દાદી અને મમ્મી-પપ્પાના ફોટા પાસે દીવો કર્યો અને અગરબત્તી પ્રગટાવી. હળવા પગલે આવીને અજય સામે સોફા પર બેસી ગઈ, "સૉરી, મનમાં સતત અજંપો છે. ફફડાટ રહે છે. સવારે ઊઠ્યા પછી કંઈ સૂઝતું નથી... ચા-નાસ્તો કરવાનુંય મન થતું નથી."

"અત્યાર સુધી ચા-નાસ્તા વગર થોડું ચાલે? કોઈ નોકર નથી ઘરમાં?"

"છે, પણ અઠવાડિયા અગાઉ જતો રહ્યો..."

"ક્યાં જતો રહ્યો?"

"એના ગામે. કંઈક ખાસ કામ હોવાનું કહેતો હતો તો કેવી રીતે રોકાય?"

"હવે પાછો બોલાવી લો..."

"લોનાવાલામાં નથી નંદુ... દૂરના નાના ગામમાં રહે છે. ત્યાં મોબાઇલ ટાવર તો ઠીક, લૅન્ડલાઇન પણ નથી..."

"અરે, તો કોઈ લોકલને બોલાવી લો..."

"શું જરૂર છે સર? બે બહેન છીએ. અમારે કામ શું હોય? ક્યારેક

ઉપવાસ હોય ને ક્યારેક એકટાણા... રંજનદીદીનું પણ મન બહુ મોટું, પેટ સાવ નાનું... સાચું કહું તો વાત પેટની નથી, દિલની છે. એના દિલમાં હું ને મારા દિલમાં રંજનદીદી. બસ, ત્રીજાની જરૂર શી?"

"અરે હા, કેમ છે, રંજન?"

"ઠીક છે. થોડીવાર પહેલા ટહેલવા નીકળી... અમે બંગલાની એકલતાથી કંટાળીએ એટલે આસપાસ નીકળી પડીએ. કુકુની વાતમાં, આંખમાં અને ચહેરા પર એકદમ બાળસહજ ભોળપણ ડોકાતાં હતાં. અવાજમાં વિષાદ હતો, પણ એમાંય એક સૂર અને લય હતા. જાણે લતા મંગેશકર કોઈ ઉદાસીભર્યું ગીત ન ગાતાં હોય!"

"મને ફોન કરીને એકદમ બોલાવવાનું કારણ કાલે જોયું, પણ મને બધું જાણવું છે. એકદમ વિગતવાર."

"હું પોતે જ ક્યાં બધું જાણું છું કે આપને જણાવું?"

"કાલે લાઇટનો ફ્યૂઝ કોઈકે કાઢી લીધો, પથ્થરમારો કર્યો અને ગોળી છોડી... કોણે કર્યું આ બધું?"

કુકુ વિચારમાં પડી ગઈ. અજય કંઈ પૂછે એ અગાઉ એની આંખમાં ઝળઝળિયાં આવી ગયાં. તે આંસુ લૂછીને સ્વસ્થ થવાનો પ્રયાસ કરવા માંડી.

"સૉરી, આઇ એમ સૉરી... આપે શું જાણવું છે?"

"કાલે તમે કરગરતાં હતાં કે... બધું લઈ લો... જે જોઈએ તે લઈ લો... પણ અમને છોડી દો. પ્લીઝ... એ શું હતું?"

"જુઓ સર, અમારા ફૅમિલીએ કે અમે બંને બહેનોએ ક્યારેય કોઈનું કંઈ બગાડ્યું નથી એટલે કોઈને શેની દુશ્મની હોય? મારા મતે જે હોય એ અમારી પ્રોપર્ટી માટે જ હોઈ શકે... ક્યારેક લૅન્ડલાઇન પર ધમકી આવે છે... ક્યારેક બજારની ભીડમાં કોઈક કાનમાં 'સબ છોડકર ભાગ જા વર્ના...' કહીને હવામાં ઓગળી જાય. કોઈકે અમારા લેબ્રાડોર ડૉગને મારી નાખ્યો... મારાથી આ બધું સહન નથી થતું... પણ રંજનદીદી ભયંકર હદે ગભરાઈ જાય એટલે મારે પરાણે સ્વસ્થ રહેવાનો ઢોંગ કરવો પડે..."

"આટલું થવા છતાં પોલીસમાં ફરિયાદ ન કરી?"

"શું ફરિયાદ કરું? કોની સામે ફરિયાદ કરું? કદાચ પોલીસ વચ્ચે આવવાથી એ વધુ ઉશ્કેરાઈ જાય એવો ડર લાગ્યો..."

"મારો સંપર્ક સાધવાનો વિચાર ક્યાંથી આવ્યો?"

"સર, આપના વિશે ખૂબ વાંચ્યું છે. આપની મોટી ફેન છું. મને આપનામાં આશા દેખાઈ, જીવતા રહેવાની તક દેખાઈ, એટલે આપને મૅસેન્જર પર હેરાન કર્યા."

"હા, અને યોગાનુયોગ હું લોનાવાલામાં હતો."

"સર, અમને બંને બહેનોને બચાવી લો, પ્લીઝ. આપની જે ફી હોય એ આપવા હું તૈયાર છું." કુકુએ બાજુમાં ડ્રોઅરમાંથી ચેકબુક કાઢીને એમાં સહી કરી અને રકમ લખી, એક લાખ રૂપિયા. તેણે ચેક અજય મહેતાને આપ્યો. અજયને આનંદથી વધુ આશ્ચર્ય થયું. એક લાખ!

"અરે, મેં તો હજી ફી જણાવી સુધ્ધાં નથી. આ તો બહુ વધુ કહેવાય..."

"સર, અમે બંને એકદમ સલામત ન થઈ જઈએ ત્યાં સુધી આપ લોનાવાલામાં જ રહેજો પ્લીઝ. આપને નુકસાન થશે એ પણ હું ભરપાઈ કરી આપીશ."

"નુકસાનનો સવાલ નથી. આ ચેક પણ હમણાં રાખો તમારી પાસે..."

કુકુ એકદમ ગળગળી થઈ, "પ્લીઝ, ચેક રાખો તો મને ધરપત થશે કે મારો કેસ તમે લીધો છે."

"મારા માટે કેસ લેવામાં ફી મહત્ત્વની નથી. મારો ક્લાયન્ટ અને સચ્ચાઈ મહત્ત્વના છે. ડોન્ટ વરી ફૉર મની."

"પણ સર, ચેક રાખી લો, પ્લીઝ."

અજય મહેતાએ નજીવા સ્મિત સાથે હકારમાં ડોકું હલાવ્યું, "અરે હા, આ આફતમાં ભાઈની મદદ કેમ લેતા નથી? શું નામ છે એનું?"

કદાચ કુકુને ભાઈનો ઉલ્લેખ ન ગમ્યો, "કિશોર છે નામ એમનું, પણ સર, એ બિચારા પોતાનું માંડ ધ્યાન રાખી શકે તો અમારું રક્ષણ ક્યાંથી કરવાના?"

"કેમ, તબિયત સારી નથી એમની?"

"હા, એવું જ કંઈક..."

"એમને જોયા નહીં. મળી શકું એમને?"

"ભાઈ અહીં રહેતા નથી. થોડે દૂર એક બંગલામાં રહે છે."

"કેમ એવું?"

"એમની લાઇફસ્ટાઇલને અનુકૂળ આવે છે અલગ રહેવાનું... ફ્રેન્કલી સૌ માટે એ સારું છે. પરાણે સાથે રહેવાથી કોઈ અર્થ ન સરે."

"આ કિશોર સગાભાઈ છે?"

"પપ્પાની ફર્સ્ટ વાઇફના સન, પણ ક્યારેય સાવકા જેવું લાગવા દીધું નથી અમે કોઈએ."

"ઓહ... વેરીગુડ. આ ઘરમાં બધે જ ફોટા છે એના વિશે કંઈ કહેશો?"

"એક્સક્યુઝ મી, હું આવું જરા વૉશરૂમ જઈને."

કુકુ ગઈ એટલે અજયે કાળીદાસને ફોન કર્યો, "વિનોદ વાંકડેને પેલો નવો મોબાઇલ ફોન આપી દે. એને બોલ કે હું કૉલ કરું ત્યારે અવશ્ય ઉપાડે. એક એસ.એમ.એસ. મોકલું છું. એના પર કામ શરૂ કરાવો." પછી અજય મહેતાએ કાળીદાસને વસંત-રીરીના નોકર નંદુનું નામ મોકલ્યું. સાથે ટૂંકો મૅસેજ "નંદુને શોધી કાઢો, તાત્કાલિક."

અજય મહેતા હૉલના રૂમમાં ઍક્ટ્રેસ કુકુના ફોટા પર નજર ફેરવતા હતા, એ એક ખૂણામાં ઊભી રહી ગયેલી અસલી કુકુ જોઈ રહી હતી.

*

કાળીદાસે દોડાવેલા છોકરાવ વિનોદ વાંકડેને લગભગ હાથ પકડીને લઈ આવ્યા ત્યારે કૅપ્ટન સૂરજ સહસ્રબુદ્ધેય અજય મહેતાના બંગલો પર પહોંચી ગયા હતા.

કાળીદાસે અજય મહેતાને મૅસેજ આપ્યો કે વસંત-રીરીના કામવાળા નંદુને શોધવાનો છે. નંદુનું નામ સાંભળતાં જ વિનોદના મોઢામાંથી નીકળી પડ્યું, "એ તો પહોંચી ગયો એને ગામ..."

કાળીદાસે સ્પષ્ટ કર્યું, "સાહેબની ઇચ્છા છે કે એને શોધી કાઢો."

વિનોદે કંટાળાના ભાવ સાથે જવાબ આપ્યો, "શોધવા જવાની જરૂર નથી. એ ખાચરેવાડી જ ગયો હોય..."

કૅપ્ટન સહસ્રબુદ્ધેએ સવાલ કર્યો, "ખાચરેવાડી એટલે અહીંથી 225-250 કિલોમીટર દૂર છે એ?"

"હા, લોનાવાલાથી પૂણે અને પૂણેથી ખાચરેવાડી... સાડા ચાર પાંચ કલાક થાય, જો ટ્રાફિક ન મળે તો..."

વિનોદનો જવાબ સાંભળીને કૅપ્ટને સવાલ કર્યો, "ફોન પર વાત થઈ શકે?"

"સાહેબ, સાવ નાનકડું ગામ. માંડ 500 માણસોની વસતિ. મુશ્કેલ છે ફોન કરવાનું..."

સહસ્રબુદ્ધેએ કંઈક વિચાર્યું પછી વિનોદ સામે જોયું, “તું અને કાળીદાસ ઊપડી જાઓ મારી ગાડી લઈને. ડ્રાઇવરને પણ સાથે લઈ જાઓ. ત્યાંથી વાત થાય તો કરાવો નહીંતર એને લઈ આવો અહીં... ફાવશે?”

કાળીદાસ ખુશ. બહુ દિવસે પોલીસવાળું કામ મળ્યું. વિનોદને ઝાઝો આનંદ ન થયો, પણ ના પાડવાનું શક્ય નહોતું. કેપ્ટને સૂચના આપી, “રસ્તામાં ગાડીમાં જ બંનેના ફોન ચાર્જ કરી લેજો. ગામમાંથી વાત ન થાય તો હાઈવે પર આવી જવાનું ત્યાં મોબાઇલ ટાવરનાં સિગ્નલ મળી જશે.”

સહસ્રબુદ્ધે જાણતા હતા કે એક જણો રાજીખુશી ગયો અને બીજો પરાણે. પણ ત્યાંથી કંઈ કામનું મળશે ખરું? બંનેની દસ-બાર કલાકની રઝળપાટ માથે તો નહીં પડે ને?

*

લોનાવાલા પોલીસ સ્ટેશનના ઇનચાર્જ સિનિયર ઇન્સ્પેક્ટર સદાનંદ પાટિલના મન પર સતત બે બાબત છવાયેલી રહેતી હતી. એક, લોનાવાલામાં કોઈ મોટો અપરાધ ન થવો જોઈએ. બે, એકાદ મસ્ત કેસ સોલ્વ થઈ જાય તો પ્રમોટ થઈને સારી પોસ્ટિંગ મેળવી લેવી. સૂક્ષ્મપણે જોતાં બંને વિરોધાભાસી બાબત હતી, પણ એટલું ઝીણું કાંતવાનું સદાનંદનું ગજુ નહીં. એવો પ્રયાસ સુધ્ધાં ક્યારેય કર્યો નથી.

અત્યારે તો અમુક હોટલ માલિકો પાસેથી આવતા હપતાની આવક પર નભવું પડતું હતું, જેનાથી એને લેશમાત્ર સંતોષ નહોતો. રંજન સોનીની ફરિયાદમાં એને કસ દેખાયો. માલદાર નહીં, બહુ માલદાર પાર્ટી છે. સાંભળ્યું છે કે મુંબઈમાંય ઘણી પ્રોપર્ટી છે. બે બહેનો એકલી અને એક વંઠેલો ભાઈ. આંકડે મધ અને મધમાખી વગરનું. પણ એમાં આ મુંબઈના પ્રાઇવેટ ડિટેક્ટિવ ટપકી પડ્યા. એ ઉપાધિ ઓછી હોય એમ સાથે એનો લોકલ ફ્રેન્ડ અને એય પાછો આર્મીવાળો.

સદાનંદને થયું કે રંજન સોનીને પૂછપરછ માટે બોલાવવી જોઈએ પછી એની બહેન કુકુને. જરૂર પડે તો ગંજેરી ભાઈને. એમની પૂછપરછમાંથી કંઈક નબળી કડી મળવી જોઈએ. પછી ખંખેરવાની મજા આવી જાય. તેણે મોબાઇલ ફોન કાઢ્યો, પણ પછી યાદ આવ્યું કે રંજન તો મોબાઇલ ફોન રાખતી નથી. તેણે પોતાની બહેનનો નંબર લખાવ્યો હતો. કુકુ સોની.

એ નંબર ડાયલ કર્યો તો બૅલ વાગતી જ રહી. સદાનંદ પાટિલને થયું કે નવી મુસીબત હશે કે મોટી તક?

પાટિલે હવાલદાર પાંડુરંગ વર્દેને આદેશ આપ્યો, "જા, ફટાફટ વસંત-રીરી પહોંચ. રંજન સોનીને લઈ આવ. સાથોસાથ પેલી કુકુનેય ખચકાવતો આવજે કે સાહેબનો ફોન કેમ ઉપાડતી નથી." સદાનંદ જાણતો નહોતો કે વર્દે આ બેમાંથી એકેય કામ કરી શકવાનો નથી, ઊલટાનો એ તો બધાને દોડતા કરી મૂકવાનો છે. એવું તે શું જોવા મળવાનું હતું વસંત-રીરીમાં વર્દેને?

◆

ફિલ્મ:* 'કાલીઘટા' (1951), ***ગાયિકા:* લતા મંગેશકર, ***ગીતકાર:*** હસરત જયપુરી, ***સંગીતકાર:*** શંકર-જયકિશન, ***કલાકારો:*** કિશોર શાહુ, બીના રૉય, ***દિગ્દર્શક:*** કિશોર શાહુ

7

મન મેં તેરે ક્યા હૈ બતા દે ગોરી
પ્યાર કા એક નશા હૈ લે સૂન લે ગોરી*

"દાદા વસંતભાઈ સોની મુંબઈના મોટા વેપારી. શૅરબજાર અને રૂના સટ્ટામાં ખૂબ જાણીતું નામ. કુનેહબાજ વેપારી હોવા છતાં કુદરતમાં, ને વિશેષ તો પંખીઓમાં બહુ રસ. પક્ષીઓનો ઊંડો અભ્યાસ કરે, અત્યંત પ્રેમ કરે. ન જાણે કેટકેટલાય કબૂતરખાનામાં સખાવત કરી હશે. જો દાદા વેપારી ન હોત તો કદાચ પક્ષીવિદ્ સલીમ અલીની જેમ નામ કાઢ્યું હોત. અમારો વાલેકશ્વરનો બંગલો જુઓ, વિલેપાર્લેનો જુઓ કે બોરીવલીનો, બધે પક્ષીનું મહત્ત્વ જણાઈ આવશે. દાદીનો જન્મ ગુજરાતના વડનગરમાં. એમના પપ્પા સંગીતના ખાં. દીકરીનું નામ જાણીતી ઐતિહાસિક ગાયિકા બહેનો તાનારીરી પરથી રાખ્યું. સાચું કહું તો દાદાના ઘણા દોસ્તો ઐયાશી કરે. એ વખતે ઉપપત્ની રાખવી એ સામાજિક મોભો ગણાતો, પણ દાદાનો વેપાર સિવાયનો બધો સમય દાદી અને પક્ષીઓને નામ. દાદીને ગાવાનો શોખ એટલે એમને કોયલ ખૂબ ગમે. દાદા કોયલનો મીઠો અવાજ સાંભળીને ગદ્ગદ્ થઈ જાય."

કુકુના મોઢે આટલું સાંભળ્યા બાદ ડિટેક્ટિવ અજય મહેતા પૂછી બેઠા, "એટલે આ બંગલોમાં દેખાતા કોયલના ફોટા દાદા-દાદીની ઇચ્છા છે, એમ સમજી લઉં?"

"હા, એમ જ છે."

અગાઉ ટાળવામાં આવેલો સવાલ અજયે ફરી પૂછ્યો, "પંખીઓની સાથે જે સ્ત્રીના ફોટા છે એ કોણ?"

"લગભગ તો તમે અત્યાર સુધી એના વિશે જાણી ચૂક્યા હશો છતાં મારા મોઢેથી સાંભળવાનું હોય તો મને વાંધો નથી. આ ફોટા પોતાના જમાનાની નામાંકિત બોલીવૂડ ડાન્સર કુકુના છે. મારા પપ્પા રમેશભાઈ એના ખૂબ મોટા ફેન..."

"માત્ર ફેન જ?"

"હા, ફેન, ચાહક અને પ્રશંસક પણ હદ બહારના. પહેલી પત્ની એક પુત્ર કિશોરને છોડીને સ્વર્ગે સિધાવી ગયા. બીજાં પત્ની કલ્પનાબહેન થકી અમે બે દીકરીઓ. મોટા રંજનદીદી અને સૌથી નાની હું. મારા જન્મ અગાઉ દાદા અને પપ્પા વચ્ચે ખૂબ ચર્ચા અને મીઠા ઝઘડા થયા હતા. ક્યારેક ઉગ્ર વિવાદ થયા હતા. ન જાણે કેમ સૌને ગળા સુધી ખાતરી કે દીકરી જ આવવાની. બાપ-દીકરામાં નામ અંગે જબરી રસાકસી. એમાં દાદીનીય જીદ ખરી. ત્રણેય ઇચ્છે કે નામ પોતાને ગમતું જ પાડવું. દાદાની જીદ કે કોઈ પંખીનું નામ રાખો. નાજુક સૂરીલું અને મુક્ત મને ઊડનારું વ્યક્તિત્વ લાગે. દાદી ઝાઝું બોલે નહીં, પણ ક્યારેક અછડતો ઉલ્લેખ કરે કે કોઈ સંગીતસમ્રાજ્ઞી કે રાગ પરથી નામ પાડ્યું હોય તો? પણ પપ્પાએ દાદા અને દાદીને સ્પષ્ટ નનૈયો સંભળાવી દીધો કે મેં મનમાં નામ નક્કી કરી લીધું છે ને એમાં હું ટસનો મસ થવાનો નથી. મમ્મીએ ખૂબ ચપળતાપૂર્વક નામ જાણી લીધું. તેમણે દાદા, દાદી અને પપ્પાને સાથે બેસાડ્યા. બધાને ભાવતી ખીરના વાટકા સામે ધરીને વધામણાં આપ્યાં કે નામના વિવાદ પર મીઠું પૂર્ણવિરામ મૂકીએ. મારી પાસે નામ છે એ બધા સ્વીકારો. લેશમાત્ર ખચકાટ વગર ત્રણેયને થતું કે મમ્મી વળી કંઈક ભળતું ટેન્શન ન વધારી દે.

મમ્મીએ દાદાને પૂછ્યું, "આપનો પંખીના નામનો આગ્રહ છે."

સામે હસીને દાદીએ કહ્યું કે, "આપને સૂરીલું નામ જોઈએ છે અને આની સામે રમેશની ઇચ્છા કંઈક અલગ છે, પણ હું સૂચન કરું છું કે મારી દીકરીનું નામ આપણે કુકુ રાખીએ. કુકુ એટલે કોયલ, સૂરીલી અને આમની ફેવરિટ. ઍક્ટ્રેસ પણ આ સાંભળીને બધા આનંદથી ઊછળી પડ્યા. એટલે હું થઈ ગઈ કુકુ."

"વાહ... પણ આ ડિયર કુકુ કેમ?"

"હું બધાને ખૂબ વહાલી. કહે છે કે નાનપણમાં બહુ જ મીઠડી અને

સુંદર હતી. હું એકવાર દાદાના મોઢામાંથી મને બોલાવવા 'ડિયર કુકુ' નીકળ્યું અને પછી બધાએ એ જ સંબોધન અપનાવી લીધું. કાયમ માટે. એ એટલું બધું મારા નામ સાથે વણાઈ ગયું કે હવે તો હુંય મારું નામ ડિયર કુકુ જ હોય એમ વર્તું છું. ઍન્ડ રિયલી, હું ઘરમાં બધાને ખૂબ જ વહાલી છું. આઇ એમ વેરી લકી."

"ઇન્ટરેસ્ટિંગ. એટલે પપ્પાએ લગાવ્યા ડાન્સર કુકુના ફોટા ને દાદાએ બાજુમાં મૂકી કોયલની તસવીરો. એક વાત ચોક્કસ કહીશ કે ઈશ્વરે પણ આ ત્રણેયની નામકરણની ઇચ્છામાં ઘણો સાથ આપ્યો છે..."

"એટલે?"

"કુકુ... આઇ મીન ડિયર કુકુ, તમે ખૂબ માસૂમ, ભોળા છો, પરાણે વહાલા લાગો એવા... અવાજ પણ ખૂબ જ મીઠો, સૂરીલો..."

"થૅન્ક્યુ સર."

"દીકરી અને પૌત્રીના નામ બદલ આટલી વિચારણા, આગ્રહ અને લાગણી ભાગ્યે જ જોયાં છે. દાદા-દાદીનો આગ્રહ સમજી શકાય છે, પણ ડાન્સર કુકુ માટે રમેશભાઈની ભક્તિ... સૉરી..."

"ના, ના. આપે તો સારો શબ્દ વાપર્યો. પપ્પાને ગમ્યો હોત, પણ ઘણા એમને પાગલ કહેતા... કોઈક ઘેલો કહેતા... કુકુ વિશે પપ્પાની જાણકારી અને માહિતી એટલી અધધ કે ન પૂછો વાત. કુકુજીના સુખેસુખી થતા અને દુઃખેદુઃખી."

"ક્યારેય એમને મળ્યા હતા?"

"દાદાનું નામ અને પપ્પા પોતેય ખાસ્સા ખમતીધર. ઇચ્છ્યું હોત તો ચોક્કસ મળી શક્યા હોત, પણ પપ્પા કહેતા કે અમારો સંબંધ દેવી અને ભક્તનો છે. એમને કેવી રીતે મળાય? ક્યારેક મમ્મી હસીને કહેતી કે કુકુ ઓળખે તો નહીં જ, પણ જો ભાવ ન આપે તો પપ્પાનું દિલ તૂટી જાય. આ મોહભંગના ડરે ક્યારેય મળવાનો પ્રયાસ જ ન કર્યો, પણ પછીથી ખૂબ જ પસ્તાવો થયો કે એકવાર મળવાની જરૂર હતી. કદાચ પોતે કંઈક મદદ કરી શકયા હોત. એ ન કરી શકવા બદલ આજીવન રંજ રહ્યો. ખૂબ દુઃખી થયા. કુકુના જીવન, કવન અને અંજામનો ઘેરો પ્રભાવ પડ્યો એમના મન પર."

"એ સાચું છે કે સૌથી નાનું સંતાન હોવાથી આપને ખૂબ વહાલ પ્રેમ અને મહત્ત્વ મળ્યાં છે?"

"હા, હું નસીબદાર છું, ખૂબ જ. કદાચ ઓવર ડુંઇંગ પણ થતું..."

"આની અસર ભાઈ-બહેન પર..."

ત્યાં જ ડોરબૅલ વાગી. કુકુએ જઈને દરવાજો ખોલ્યો તો સામે હવાલદાર પાંડુરંગ વર્દે. પાંડુરંગે પોલીસગીરી બતાવતા તાર સ્વરે બોલ્યો, "તમે ફોન ઉપાડતા નથી સાહેબનો... ચાલો પાટિલસર બોલાવે છે. આપને અને રંજનને... બોલાવો રંજનને... હમણાં ને હમણાં સાથે આવવાનું છે..."

"રંજન... એ તો બહાર લટાર મારવા ગઈ છે, પણ ઘણો સમય થઈ ગયો... ચાલો, આપણે એને સાથે લેતા જઈએ..."

કુકુ સાથે પાંડુરંગ વર્દે નીકળ્યો. હવે અહીં બેસી રહેવાનો અર્થ ન લાગતા અજય મહેતાય ઊભા થયા. કુકુએ એમની સામે જોયું, "સર, તમેય ચાલોને, રસ્તામાં વાત થશે..."

વર્દેને આ જરાય ગમ્યું નહીં, પણ કંઈ બોલી શક્યો નહીં. ત્રણેય બંગલોના મેઇન ગેટમાંથી બહાર નીકળ્યા. સામે આછા જંગલ જેવું હતું, જે આગળ જતાં ગાઢ થતું જતું હતું. કુકુ બોલી, "રંજનદીદી, રોજ આ દિશામાં આંટો મારવા જાય. ખબર નહીં એમના મનમાં સતત શેના વિચારો ચાલતા રહે છે."

ત્રણેય એ દિશામાં આગળ વધ્યા. કુકુએ આસપાસ જોયું. થોડા આગળ વધ્યા બાદ તેણે ધીમેથી બૂમ પાડી, "રંજન દીદી..." કંઈ જવાબ ન મળતા કુકુ સહેજ હસી, "ક્યારેક વિચારો ને વિચારોમાં ઘણા આગળ નીકળી જાય. ગયા અઠવાડિયે છેક ચાર કલાકે ઘરે પાછા આવ્યા હતા. એકદમ અલગારી જીવ છે. પોતાની મસ્તીમાં જીવે..." ચારે તરફ જોઈને ત્રિપુટી આગળ વધતી હતી. કુકુ કંઈક આકુળવ્યાકુળ નજરે આગળ વધતી હતી. વર્દે કંટાળ્યો કે આ જંગલમાં ક્યાં રખડવા આવ્યો? સરનો મૅસેજ આપીને નીકળી જવાની જરૂર હતી. અજયનું મન કોઈક અજંપો અનુભવતું હતું. એમ થવાનું કારણ એમને પોતાને સમજાતું નહોતું.

આગળ વધતાં પગલાં સાથે જંગલ ગાઢ થઈ રહ્યું હતું. વૃક્ષની વધતી

સંખ્યા અને ઘેરાવને લીધે પ્રકાશ ઓછો થવા માંડ્યો હતો. ત્રણેય આગળ વધતા હતા, પણ કંઈ બોલતા નહોતા. અચાનક આકાશમાં મોટું વાદળ આવી જતા પ્રકાશ એકદમ ઓછો થઈ ગયો. સાંજના સાડા છ-સાત જેવો માહોલ. અજયે મોબાઇલ ફોનની ટૉર્ચ ચાલુ કરી. એનું અનુકરણ વર્દેએ કર્યું, પણ કુકુના પગમાં ઉતાવળ હતી, એના પદચાપમાં ફિકર હતી. તેણે એકવાર પાછળ વળીને જોયું તો અજય મહેતાને લાગ્યું કે એ હમણાં રડી પડશે.

કુકુ મોટા અવાજે "રંજન દીદી... રંજનદીદી..."બૂમ પાડવા લાગી. અચાનક થોડે દૂર ઝાડીમાં કંઈક ભારે હિલચાલ થતાં ત્રણેય એ દિશામાં ગયા, તો અંધારામાં કોઈ માણસ ભાગી જતો દેખાયો. અજયને આછુંપાતળું દેખાયું કે તેણે ચેક્સવાળું શર્ટ અને જીન્સ પહેર્યાં હતાં. માથે કદાચ કૅપ હતી. વર્દે પાછળ દોડ્યો, પણ પેલાને પહોંચી ન શક્યો. કદાચ એ માણસ આ જંગલથી વધુ પરિચિત હશે.

ત્રણેય દોડતા આગળ વધ્યા. અચાનક વર્દેના ધ્યાનમાં કંઈક આવ્યું. અજાણતાં જ તેનાથી અજય મહેતાનો હાથ પકડાઈ ગયો. અજયે વર્દેએ ચીંધેલી દિશામાં જોયું. કદાચ ત્યાં કંઈક પડ્યું હતું. બંને એ દિશામાં આગળ વધ્યા. એ જોઈને કુકુય એમની પાછળ ચાલવા માંડી.

એકદમ નજીક પહોંચતાં શંકા સાચી પડી. ખરેખર કોઈ ત્યાં પડ્યું હતું. ઊંધા માથે. અજય આગળ વધ્યા, પણ વર્દેએ એમને રોક્યા. વર્દેએ આસપાસ નજર કરી. પછી નીચા નમીને બેસી ગયા. ધીરેથી એ વ્યક્તિને સીધી કરીને અજય મહેતાના મોબાઇલ ફોનની ટૉર્ચના પ્રકાશમાં મોઢું જોઈને કુકુ ફસડાઈ પડી. એના મોઢામાંથી માંડ માંડ નીકળી શક્યું, "દીદી... રંજન દીદી..."

કુકુ સૂધબૂધ ખોઈને બેસી પડી. અજયે જોયું તો રંજનના લમણામાંથી લોહી નીકળી રહ્યું હતું. કંઈ મારવામાં આવ્યું હતું, પણ હવામાં ગંધકની વાસથી લાગ્યું કે કદાચ ગોળી છોડાઈ હશે. સાયલેન્સરવાળી રિવૉલ્વરથી કામ થયું હોઈ શકે.

એ જ સમયે વર્દેના ફોનની જોરદાર રિંગથી શાંતિનું સામ્રાજ્ય કડડભૂસ થઈ ગયું. સદાનંદ પાટિલ તાડુક્યા, "બેવકૂફ, બંને બહેનો મળી?"

"યસ સર, મળી તો ખરી..."

"તો બંનેને લઈને આવ..."

"સર, એ શક્ય નથી. તમારે અહીં આવવું પડશે."

◆

****ફિલ્મ:*** 'બસ કન્ડક્ટર' (1959), ***ગાયિકા:*** સુધા મલ્હોત્રા, સુમન કલ્યાણપુર, ***ગીતકાર:*** નૂર દેવાસી, ***સંગીતકાર:*** બિપીન બાબુલ, ***કલાકારો:*** શ્યામા, પ્રેમનાથ, અમરનાથ, હેલન, ***દિગ્દર્શક:*** દ્વારકા ખોસલા

8

સો રહે હૈ બેખબર સોનેવાલે ગાંવ મેં
આન મિલો બાલમા તારો કી છાંવ મેં*

સિનિયર ઇન્સ્પેક્ટર સદાનંદ પાટિલ આવ્યા ત્યાં સુધીમાં કુકુ હોશમાં આવી ગઈ હતી, પરંતુ બહેનને ગુમાવવાના આઘાતે એને એકદમ ઘાંઘી કરી મૂકી હતી. ભાવહીન ચહેરે એ બેઠી હતી. બે હથેળીમાં માથું રાખીને સતત રડી રહી હતી.

સદાનંદ પાટિલને ઘટનાસ્થળે અજય મહેતાની હાજરી ભયંકર રીતે ખટકી. તેણે સ્પષ્ટ શબ્દોમાં ચેતવણી આપી, "મિસ્ટર મહેતા, ક્યાંય કોઈ ચીજને અડતા નહીં. પુરાવા સાથે ચેડાં કરવાના ગુના અંગે આપને વધુ કહેવાની જરૂર ખરી?"

અજય મહેતાએ કંઈ બોલવાને બદલે હકારમાં હળવેકથી માથું હલાવ્યું. પાટિલ સાથે આવેલા અન્ય ત્રણ પોલીસવાળા અને વર્દે આસપાસ નિરીક્ષણ કરવા માંડ્યા. વર્દેને એક ઝાડની ડાળખીમાં ફસાયેલો કાપડનો ટુકડો દેખાયો. એના મોઢામાંથી નીકળી પડ્યું, "સર, જે માણસ ભાગ્યો તેણે લગભગ આવો જ શર્ટ પહેર્યો હતો."

પાટિલ ખુશ થઈ ગયા, "ગુડ, આ પુરાવો સાચવીને લઈ લો." વર્દે બે આંગળીના નખ વચ્ચે પકડીને કપડાનો ટુકડો લાવ્યા. ત્યારે અજયની ચકોર નજરે કંઈક નોંધી લીધું. અચાનક પાટિલે વર્દેને નજીક બોલાવીને સૂચના આપી, "જુઓ, ઘટનાસ્થળે ઘણા બિનજરૂરી માણસોની એન્ટ્રી થઈ છે. છતાં બધાના ફૂટ પ્રિન્ટ લેવાની વ્યવસ્થા કરો. પેલો બદમાશ ભાગ્યો છે એ દિશામાં પણ ટીમને લઈ જાઓ. ત્યાંથી મળે એટલા ફૂટપ્રિન્ટ મેળવો.

પુણેથી સ્નિફર તંત્રની ટીમને તાત્કાલિક બોલાવી લો. આ ટુકડો સૂંઘાડીને બદમાશ સુધી પહોંચી શકાશે."

આટલું કહીકને સદાનંદ પાટિલ કુકુ પાસે ગયો, "ચાલો, પહેલા તમારા બંગલોનું નિરીક્ષણ કરવું પડશે. પછી તમારી સાથે ઘણી વાત કરવાની છે. જરૂર પડશે તો પોલીસ સ્ટેશન આવવું પડશે."

કુકુ માંડ ઊભી થઈ. એની સાથે ચાલવાનું શરૂ કરતા પહેલાં સદાનંદ પાટિલે બૂમ પાડી, "વર્દે, ફોરેન્સિક ટીમ સાથે ઍમ્બ્યુલન્સ બોલાવવી પડશે એ કહેવાની જરૂર નથી ને?"

વર્દેએ દૂરથી જવાબ આપ્યો, "નો સર, મેં ફોન કરી દીધો છે."

ઘરે પહોંચીને કુકુ એકદમ સોફામાં ફસડાઈ પડી. તેણે સવાલોના જવાબ આપવાનો ઇનકાર કરી દીધો. પાટિલે સખતાઈ કરી તો તે એકદમ વિફરી, "આપ માણસ છો? વર્દી પાછળ દિલબિલ રાખો છો? કલાકેક પહેલાં જેની એકની એક બહેન મરી ગઈ છે એને રડવાનો તો સમય આપો, પ્લીઝ."

ઇન્સ્પેક્ટર પાટિલે દલીલ કરી તો કુકુએ માગણી કરી, "ઓકે, પૂછપરછ વખતે અજય મહેતા હાજર રહેશે."

અજયને નવાઈ લાગી આ માગણીથી. પાટિલને પણ. તેણે સ્પષ્ટ કર્યું, "સૉરી, પ્રાઇવેટ ડિટેક્ટિવ પોલીસ પૂછપરછમાં હાજર નહીં રહી શકે."

કુકુ રોષમાં બોલી, "વ્યવસાય જે હોય એમનો, પણ મારા માટે એ પ્રાઇવેટ ડિટેક્ટિવથી વધુ છે. મારા સ્વજન તરીકે હાજર રહેવા દો તો વાત કરીએ નહીંતર, તમારાથી થાય એ કરી લો. જાઓ."

અજય મહેતાએ હળવેકથી સદાનંદ પાટિલના ખભે હાથ મૂક્યો, "ટ્રસ્ટ મી. સચ્ચાઈ સુધી પહોંચવામાં કોઈ અવરોધ ઊભો નહીં કરું, ક્યારેય નહીં પ્લીઝ..."

સદાનંદ પાટિલે ખભા ઉલાળ્યા, "ઓકે. ભલે બેસે એ આપણી સાથે. પરંતુ વચ્ચે કોઈ ચંચુપાત નહીં."

અજય મહેતાએ ખાતરી આપી, "નોટ એટ ઑલ." અજય મહેતાએ પાણીનો ગ્લાસ લાવીને કુકુ સામે મૂક્યો. પછી પોતે બેસી ગયા.

સદાનંદ પાટિલે આસપાસ જોયું. કદાચ વિચારતો હતો કે ક્યાંથી શરૂઆત કરવી, "છેલ્લે બહેનને ક્યારે જોઈ?"

"સવારે 11 વાગ્યાની આસપાસ. એ લટાર મારવા ગઈ ત્યારે..."

"લટાર મારવા રોજ જાય છે?"

"હા."

"એક જ સમયે?"

"ના, જ્યારે મનમાં આવે ત્યારે..."

"એકલા જાય કાયમ?"

"હા, અમારા બંનેનો એક નિયમ. જ્યારે જેને જે કરવું હોય એ કરે."

"આજે રંજનના વર્તનમાં કંઈ ફેરફાર? કોઈ ફફડાટ? એવું કંઈ બોલ્યા કે..."

"ના. દીદી એકદમ નૉર્મલ હતાં. આમેય એ ખૂબ ઓછું બોલે ને સતત વિચારોમાં ખોવાયેલાં રહે. ન જાણે શું વિચારતાં હશે. હું બકબક કરતી રહું." એકદમ ઇમોશનલ થઈને કુકુ રડવા માંડી. અજય મહેતાએ હાથ લંબાવ્યો એ અગાઉ કુકુએ ગ્લાસ ઊંચકીને ઘૂંટડો પાણી પીધું અને આંસુ લૂછી નાખ્યાં.

સદાનંદ પાટિલે પૂછ્યું, "એમને કોઈ ધમકી મળી હતી?"

"ના. ધમકી તો નથી મળી, પણ અમારા બંગલો પર પથરા ફેંકાતા હતા... લાઇટના ફ્યૂઝ કાઢી નખાતા હતા... ગોળી છૂટી હતી અને કોઈક અમારી પાછળ પડી ગયું છે... અમારી મિલકત માટે..."

સદાનંદના મોબાઇલ ફોનની બેલ વાગી, "હેલ્લો... વ્હૉટ? ઓ માય ગૉડ... ઠીક છે પ્રોસિજર પતાવીને પોલીસસ્ટેશન આવો..."

ફોન કટ કરીને પાટિલે કુકુ સામે જોયું, "તમારી વાત સાચી લાગે છે. ડેડબૉડી હટાવતી વખતે ધ્યાન ગયું કે રંજનના જમણા હાથના અંગૂઠા પર બ્લૂ રંગ છે. કદાચ કોઈકે લીગલ પેપર પર અંગૂઠાનું નિશાન લીધું કે લેવાનો પ્રયાસ કરાયો..."

કુકુ ફરી રડવા માંડી, "પ્લીઝ... મારે પ્રોપર્ટીમાંથી કંઈ જોઈતું નથી... દીદીને કેટલીવાર સમજાવ્યું, પણ તેઓ ન માન્યાં... પ્લીઝ, સેવ મી ઇન્સ્પેક્ટર..." કુકુ હીબકાં ભરીભરીને રડવા માંડી.

સદાનંદ પાટિલે પ્રોપર્ટીની, ફેમિલીની અને ધમકીની વાતો પૂછી. આમાંથી મોટા ભાગનું અજય મહેતા અગાઉથી જાણતા હતા. અજયનું

ધ્યાન સતત કુકુના ચહેરા પર હતું. તેઓ ક્યારેક ભીંત પર ઍક્ટ્રેસના ફોટા પર જુએ તો ક્યારેક કોયલની ફ્રેમ પર. એમનું મગજ સતત કંઈક વિચારી રહ્યું હતું.

સદાનંદ પાટિલે પૂછપરછ આટોપીને છેલ્લે પૂછ્યું, "આપની સલામતી માટે બે હવાલદાર અહીં મોકલાવું છું." પછી અજય મહેતા સામે જોઈને બોલ્યા, "બંને અડધો કલાકમાં આવી જશે, ત્યાં સુધી પ્લીઝ, કુકુને કંપની આપજો."

કુકુ હળવા અવાજે 'થૅન્ક્સ' બોલી, ને અજયે સંમતિમાં માથું હલાવ્યું.

*

વિનોદ વાંકડે અને કાળીદાસ ખાચરેવાડી ગામ પહોંચી ગયા. માંડ ચારસો-સાડા ચારસોની વસતિ. ગામમાં સૌ એકમેકને ઓળખે નામથી. ગામમાં પહોંચ્યાની સાતેક મિનિટે તો નંદુના ઘરના દરવાજા સામે હતા બંને. પણ દરવાજે કટાયેલું તાળું જોઈને બાજુના પાડોશીને પૂછ્યું તો ખબર પડી કે નંદુ બહારગામ ગયો છે! કેમ? કારણ ખબર નથી. ક્યાં ગયો છે એ ખબર નથી. કાળીદાસે પોલીસની સ્ટાઇલમાં ધમકી આપી, "નંદુ હાથમાં આવ્યે અમને ખબર પડી કે એ ક્યાં જતો હતો એની ખબર હતી તો તારું આવી બન્યું. ગુનામાં સાથ આપવાની જેમ ગુનાને છુપાવવાની સજા પણ હોય. અદાલત તો સજા કરે ત્યારે ખરી, પણ પોલીસ કસ્ટડીમાં હાડકાં ભાંગી જશે એની ખબર છે?"

બિચારો ખેડૂત માણસ ગભરાઈ ગયો, "માફ કરજો, ભૂલ થઈ ગઈ. તેણે ના પાડી હતી કોઈને કહેવાની..."

"જલદી બોલ, ક્યાં ગયો છે?"

"એ બહેનને સાસરે જવાનું કહેતો હતો."

"કયું ગામ છે?"

"કડાવ."

"નંદુની બહેનનો ફોન નંબર છે?"

"બહેનનો નથી, પણ નંદુનો છે."

"શું? નંદુ પાસે મોબાઇલ ફોન છે?"

"હા સાહેબ, અમારે વાત કરવી હોય તો હાઈવે નજીક જવું પડે."

કાળીદાસને નવાઈ લાગી કે નંદુ જૂઠું કેમ બોલ્યો હશે કે એની પાસે મોબાઇલ ફોન નથી. નંદુનો ફોન નંબર લખી લીધા બાદ કાળીદાસ અને વિનોદ વાંકડે રવાના થયા. હાઈવે પર પહોંચ્યા બાદ કાળીદાસે નંદુનો નંબર ડાયલ કર્યો, પણ 'આઉટ ઑફ કવરેજ એરિયા'નો મૅસેજ સંભળાયો. તેણે અજય મહેતાને ફોન કર્યો ને પૂરેપૂરી હકીકત જણાવી.

અજય મહેતાએ સૂચન કર્યું, "કાળુભા, તમે લોનાવાલા આવી જાઓ. વિનોદને કહો કે કડાવ ગામે જઈને નંદુને શોધીને વાત કરાવે. તેને મોબાઇલ ફોન આપી દીધો છે ને?"

"હા, એ તો બસમાં એનાથી જ રમતો હતો..."

"ગુડ. એને સમજાવો કે વીડિયો કૉલ કેમ કરાય... સાથોસાથ ડેમો પણ પણ બતાવી દો... નંદુ મળે એટલે વીડિયો કૉલ પર મને એની સાથે વાત કરાવે."

વિનોદ વાંકડેને આ આઇડિયા જરાય ગમ્યો નહીં, પણ પોતે ના પાડશે તો કૅપ્ટન સૂરજ આગ્રહ કરીને ધકેલ્યા વગર નહીં રહે. એના કરતા સીધેસીધું માની જવામાં ભલાઈ લાગી. વિનોદે દૂર જઈને કોઈકને ફોન કર્યો.

પછી કાળીદાસે ગૂગલ પર સર્ચ કરીને વિનોદને માહિતી આપી કે આ કડાવ ગામ પૂણે જિલ્લાના માવળ તાલુકામાં છે. સાવ નાનું ગામ છે. લોનાવાલાથી 35 કિ.મી.ના અંતરે જ હોવાથી બંનેએ સાથે પાછા ફરવાની શરૂઆત કરી. અમુક અંતર પછી બંનેના રસ્તા ફંટાઈ ગયા.

*

ડિટેક્ટિવ અજય મહેતા ક્યારના ડાયરીમાં કંઈક મુદ્દા ટપકાવી રહ્યા હતા. કુકુને મળેલી ધમકી અને હુમલો. પછી રંજનનું ખૂન. આ બંનેના પરિવારની વિગતો. આમાં જે વાત ખટકતી હતી, એની નોંધ અલગથી બનાવી. તેઓ વિચારવામાં નોંધ ટપકાવવામાં ગળાડૂબ હતા ત્યારે આવીને પાછળ ઊભા રહીને કૅપ્ટન સૂરજ સહસ્રબુદ્ધે ચૂપચાપ પોતાના દોસ્તને જોઈ રહ્યા હતા. અચાનક અજય મહેતા ઊભા થઈ ગયા, "સૂરજ, ચાલ જરા પગ છૂટા કરી આવીએ?"

સૂરજે માંડ માંડ હસવાનું ટાળ્યું, "ક્યાં જવું છે મારા ભાઈ? રાત પડવામાં છે..."

"અરે, ડિયર કુકુના ડિયર બ્રધર કિશોરને આ ધમાચકડીમાં મળવાનું રહી ગયું. જો પ્રોપર્ટી માટે લોહી રેડાતું હોય તો એ પણ મહત્ત્વનો દાવેદાર ગણાય. એનો જીવ પણ જોખમમાં ન હોઈ શકે? અથવા એ પોતે જોખમી ન હોઈ શકે?"

◆

ફિલ્મ:* 'હલચલ' (1951), ***ગાયિકા:* શમશાદ બેગમ, મોહમ્મદ રફી, ***ગીતકાર:*** કુમાર બારાબંકવી, ***સંગીતકાર:*** મોહમ્મદ રફી, ***કલાકારો:*** દિલીપકુમાર, નરગીસ, ***દિગ્દર્શક:*** એસ. કે. ઓઝા, પણ અહીં નિર્માતાનું નામેય મહત્ત્વનું છે: કે. આસિફ

9

છાયા મેરી ઉમ્મીદ કી દુનિયા મેં અંધેરા
અબ કિસે માલૂમ હૈ કબ હોગા સબેરા*

'બીસ સાલ બાદ', 'કોહરા', કે 'મહલ' જેવી ફિલ્મની ડરામણો હવેલી જેવો હતો એ બંગલો. અવાવરુ, અંધકારમય અને જાણે મૃતઃપ્રાય. હકીકતમાં તો એને બંગલો કહેવો કે ખંડેર એ ચર્ચાનો વિષય હતો.

અજય મહેતા અને સૂરજ સહસ્રબુદ્ધે હળવે ડગલે આગળ વધી રહ્યા હતા. કટાયેલો લોખંડનો દરવાજો ખોલ્યો તો કિચુડ કિચુડ અવાજ થવા માંડ્યો. ખૂણામાં આરામ કરતા બે ખૂજલીવાળાં કૂતરાં જોરજોરથી વણનોતર્યાં ઘૂસણખોરો સામે ભસવા માંડ્યા. અજયના પગ નીચે કંઈક આવ્યું. ઊંચકીને જોયું તો વ્હીસ્કીની ખાલી બૉટલ. ધ્યાનથી જોયું તો આજુબાજુમાં વ્હીસ્કીની બૉટલ અને બિયરનાં ખાલી ટીન પડ્યાં હતાં. કેટલાક છોડવા સુકાઈ ગયા હતા. નકામું ઘાસ ઊગી નીકળ્યું હતું. એક વાત ઊડીને આંખે વળગતી હતી કે બગીચાની દેખરેખ રાખવામાં ઇચ્છા, દરકાર કે સમય નહોતા રહેવાસી પાસે. બારી બહાર એક ચેક્સવાળું શર્ટ પડ્યું હતું. કદાચ ધોયા બાદ સૂકવ્યું હશે અને પડી ગયું હશે. એની હાલત જોઈને લાગતું હતું કે શર્ટ ઓછામાં ઓછા બે-ચાર દિવસની ધૂળ-માટીમાં પડ્યું હશે.

સામે બંગલાનો દરવાજો દેખાયો. એ ધૂળથી નહાયેલો દેખાતો હતો. અજય અને સૂરજે એકમેક સામે જોયું. બંનેએ હાથમાં રિવૉલ્વર તૈયાર રાખી. બિલ્લીપગે બંને આગળ વધ્યા. સૂરજે ડોરબેલ શોધી પણ દેખાઈ નહીં. તેમણે ધીરેથી ધક્કો માર્યો તો દરવાજો ખૂલી ગયો. અંદરથી ગંધાતી હવા બહાર ધસી આવી. બહાર જેવી જ હાલત બંગલોમાં હતી. સાફસૂફી

સામે બાપે માર્યા વેર હોય એવું લાગતું હતું. અંદર ધૂળ, સૂકાં પાંદડાં જ્યાંત્યાં પડ્યાં હતાં.

ટેબલ પર એક ફાઇલ પડી હતી. અજયે ધીમેથી ઊંચકીને ખોલી. અંદર ફાઇલ કરેલા ન્યૂઝપેપર્સના કટિંગ પીળા પડી ગયા હતા. ધ્યાનપૂર્વક પાનાં ફેરવતાં સ્પષ્ટ થતું હતું કે આ તો કુકુએ સ્કૂલ-કૉલેજમાં મેળવેલા ઍવૉર્ડ, ટ્રોફી અને જીતેલી અન્ય સ્પર્ધાના અખબારમાં આવેલા સમાચારોની ફાઇલ હતી.

અચાનક અંદરના રૂમમાંથી કંઈક પડવાનો અવાજ સંભળાયો. પૂરેપૂરી સાવધાની સાથે અજય-સૂરજ એ રૂમ તરફ ગયા. બંને અંદર પ્રવેશ્યા ત્યારે નીચે પડેલો એક યુવાન ઊભા થવા મથામણ કરતો હતો. તેણે જીન્સ અને ચેક્સવાળું શર્ટ પહેરેલું. અજયનું ધ્યાન ગયું કે શર્ટ ખભા પાસે ફાટેલું હતું. એક ખૂણામાં બૂટ પડ્યા હતા. એ કાદવવાળા હતા. અજયને યાદ આવ્યું કે જંગલમાં રંજનની હત્યાના સ્થળ પાસેથી એક યુવાનને ભાગતા જોયો હતો, જેણે ચેક્સવાળું શર્ટ અને જીન્સ પહેર્યાં હતાં. ત્યાંની ભીની માટીમાં કોઈકનાં પગલાં પોલીસને મળી આવ્યાં હતાં. ખૂણામાં એક ટેબલ પર મોંઘી ફ્રેમમાં એક ફોટો હતો. ત્રણેક વરસ જૂનો હશે છતાં અજય-સૂરજ સમજી ગયા કે આમાં કુકુ અને રંજન સાથે કિશોર છે, બંનેનો ભાઈ. અને નીચે પડીને ઊભા થવા ફાંફાં મારનારોય કિશોર છે.

સોફાની કિનારી પકડીને ઊભા થવાના પ્રયાસમાં કિશોર ફરી પડી ગયો. નથી એ બોલવાના, સમજવાના કે સાંભળવાના હોશમાં. એ સતત કંઈક બબડે છે, જેમાંથી અજયને આટલું સમજાય છે. “એક... એક... જીવ તો ગયો... હજી બીજો પણ જવાનો... બીજો જીવ... પછી એમને હાશકારો... કાયમનો હાશકારો...” કિશોરના મોઢામાંથી ખૂબ દારૂ પીધાની વાસ આવતી હતી, એમાં કંઈક અજાણી ગંધ પણ ભળેલી છે.

સૂરજ અજયના કાનમાં ગણગણે છે, “ખૂબ બધા દારૂ અગાઉ ડ્રગ્સનું સેવન કર્યું હશે.” એ જે હોય તે પણ અત્યારે કિશોર સાથે વાત કરવાનું જરૂરી લાગ્યું અજયને. “કિશોર... રંજનને તમે ક્યારે મળ્યા છેલ્લે?”

“રંજન... રંજન તો એકદમ ઓલિયો જીવ હો... પારેવડા જેવી હો...” આટલું બોલતા બોલતા કિશોર રડી પડે છે. અજયે એને ફરી પૂછ્યું, “રંજનને છેલ્લે ક્યારે મળવાનું થયું?”

"શું છેલ્લે ને પહેલે... શું મળવું? એક વાત કહું તમને...?"

"હા, બોલો..."

"સાવ સાચી વાત કહી દઉં?"

"યસ, બોલો કિશોર."

"અમે બે તો મળેલા જીવ છીએ. મેં એને રમાડી છે હો... એય મને ખૂબ પ્રેમ કરે... અમે મળેલાં જ છીએ. કાયમ માટે... એ તો મારી બેસ્ટ સિસ્ટર છે." ફરી કિશોર રડવા માંડ્યો. સૂરજે ધીમેથી પૂછ્યું, "કુકુને ઓળખે છે?"

કિશોર એકદમ રડતો બંધ થઈ ગયો. એ હસવા માંડ્યો, " કુકુ... ડિયર કુકુ... માય ડાર્લિંગ ડૉલ... ખૂબ હોશિયાર અને સ્માર્ટ હોં... રિયલી આઇ એમ પ્રાઉડ ઑફ હર... રિયલી... આઇ..." આટલું બોલી કિશોર ઢળી પડ્યો. એ નશામાં કંઈક બડબડાટ કરતો હતો, પણ સમજવું મુશ્કેલ હતું.

અજયે આસપાસ જોયું. ભાઈ-બહેનનો ફોટો મૂક્યો હતો એ ટેબલનું ડ્રૉઅર ખોલ્યું. એમાં આઠ કવરનું બંડલ મળ્યું. બધા પર શાંતિ જોશીનું નામ અને ઍડ્રેસ લખેલું હતું. અંદર સાત-સાત હજારના આઠ ચેક હતા. કિશોર સોનીએ ચેક પર સહી પણ કરેલી હતી. આગામી આઠ મહિનાના ચેક જોઈને કુતૂહલ થતું કે આ શાંતિબહેન કોણ કે જેના માટે આઠ-આઠ મહિનાના ચેક તૈયાર રાખ્યા છે કિશોરે! અજયે એક કવર ઉપાડીને ધ્યાનથી જોયું, જેના ઉપર લખ્યું હતું, શાંતિ જોશી, કાલુન્દ્રે, પનવેલ.

અજયે કવર સૂરજને બતાવ્યું. પછી ધીમા અવાજે કંઈક સમજાવ્યું. સૂરજ તરત મોબાઇલ ફોન કાઢીને ધડાધડ નંબર લગાવીને સૂચના આપવા માંડ્યા.

અજય અને સૂરજની ગાડી પંદરેક મિનિટ બાદ કિશોરના બંગલોથી પાછી વળી રહી હતી ત્યારે ચાર બાઇક પર ત્રણ-ત્રણ યુવાનો મારતી ઝડપે કિશોરના બંગલો ભણી ધસી રહ્યા હતા. આ બધાથી અજાણ કિશોર બબડી રહ્યો હતો, "રંજન... રંજન મારી બહેન... હું હું નકામો... સાવ નકામો... કુકુ સ્માર્ટ... માય ડૉલ સ્માર્ટ, વેરી સ્માર્ટ..."

*

અજયે બંગલોમાં પગ મૂકતાવેંત કાળીદાસને જોયા અને અડધો થાક

ઊતરી ગયો. કાળીદાસે લગભગ ઑર્ડર કર્યો, "તમે હાથપગ ધોઈ લો. હું મસાલેદાર ચા લાવું."

અજયને બાની યાદ આવી ગઈ, ઘરે પહોંચતાવેંત કેવી સમજી જતી હતી કે પોતાને શું જોઈએ છે. બાથરૂમ તરફ જવાને બદલે અજયે જઈને કાળીદાસના હાથ પકડી લીધા, "એક પ્રૉમિસ આપશો?"

"ઑર્ડર કરો ઑર્ડર."

"હું જીવું ત્યાં સુધી તમારે જીવવાનું..."

"એટલે? ભાઈસા'બ કાંઈક સમજાય એવું બોલો..."

"હું ન હોઉં પછી જે કરવું હોય એ કરવાની છૂટ."

આંચકો મારીને હાથ છોડાવીને કાળીદાસ ગુસ્સામાં બોલ્યા, "આવી જ વાતો કરવી હોય તો અહીં રહેવાની જરૂર નથી. જતા રહો મુંબઈ, હું રહી લઈશ એકલો હો..." કાળીદાસ પાછા વળીને ચાલવા માંડ્યા અને ડાબા હાથે આંખનાં આંસુ લૂછી લીધાં.

ટર્કીશના ટુવાલથી મોઢું લૂછતા અજય બાથરૂમની બહાર આવ્યા એ જ સમયે કાળીદાસ ચાનો કપ લઈને આવ્યો. હજી મોઢું ફૂલેલું હતું, નારાજગી સ્પષ્ટપણે દેખાતી હતી. ચાનો કપ ટેબલ પર મૂકીને થોડા દૂર ઊભા રહ્યા. અજયે રકાબીમાં ચા કાઢીને કપ કાળીદાસ ભણી લંબાવ્યો.

"મારે ચાની જરૂર નથી... ચા પીને તાજામાજા થઈને હૈયું સળગે એવી વાતો જ સાંભળવાની હોય તો ચા નથી બગાડવી હોં..."

"વાહ, માશુકાની જેમ રિસાઈ ગયા... મારા સમ છે હો કાળુભા..." કાળીદાસ ઉતાવળે પગલે આવ્યો. હાથમાંથી કપ લઈને બોલ્યો, "હવે આવી વાત કરી કે સમ આપ્યા તો મારા સમ છે તમને."

બંનેએ ચાની ચુસકી લીધી. એમાં ચા, મસાલા કે સાકર કરતા વધુ મહેક-તાજગી અનોખા સંબંધની અનુભવી અજયે. ખાલી રકાબી ટેબલ પર મૂકીને પૂછ્યું, "કેવી રહી જાસૂસી?"

"ખાચરેવાડીમાં નંદુ ન મળ્યો. કોઈ કંઈ બોલે નહીં. પાડોશીને પોલીસની સ્ટાઇલમાં ધમકાવ્યો તો ઓકી ગયો કે એ કડાવ ગયો છે. હવે વિનોદ વાંકડે ગયો છે કડાવ. જોઈએ એ શું સમાચાર લાવે છે, પણ હા, નંદુ પાસે મોબાઇલ ફોન છે એ જાણવા મળ્યું છે."

"હમમ... ઘટના સમયે જ નંદુનું ગામ જવું. ગામમાં ન હોવું અને

બીજે જવું. એની પાસે મોબાઇલ ફોન હોવું એ કુકુથી છુપાવવું... ભેદી જણસ લાગે છે આ. જોઈએ વિનોદ કંઈ નક્કર માહિતી ન લાવે તો મારે મળવા જવું પડશે."

"આ વૅકેશનમાં તો ઘરમાં નિરાંતે પગ ટેકવીને સારો આરામ થયો નથી તમારે. કેસ જ ન લીધો હોત તો સારું હતું."

"કાળીદાસ, સવાલ કેસનો નથી. કોઈના જીવ બચાવવાનો છે. ક્લાયન્ટ પ્રત્યે પણ ફરજ ખરી કે નહીં?"

"પોતાના પ્રત્યેની ફરજનું શું? એક વાત કહું માનવાના હો તો..."

"તમારી સાથે દેશી દારૂ પીવડાવવો છે?"

"ના ભાઈ ના. બે હાથ જોડીને વિનંતી કરું છું કે હવે લગ્ન કરી લો. બહુ મોડું કરવામાં સારપ નહીં."

"અરે લગ્નની શી જરૂર છે. મારો તો વિચાર છે કે હવે જ્યાં હું ત્યાં તમે, ને તમે ત્યાં હું."

"એટલે?"

"આ બંગલો બીજો કૅર-ટેકર સાચવશે. તમારે મારી સાથે મુંબઈ રહેવાનું."

"ના હોં, મુંબઈમાં આપણને ન ફાવે." ત્યાં જ કૅપ્ટન સૂરજ સહસ્રબુદ્ધેનો અજય પર ફોન આવ્યો, "તપાસ કરી લીધી છે બધી. કાલે સવારે છ વાગ્યે ગાડી લઈને આવું છું."

"સરસ. મોડું થાય એ પહેલાં મળી લઈએ. બાય. ગુડનાઇટ." કાળીદાસે સવાલભરી નજરે જોયું. અજય હસીને બોલ્યા, "એક બહેનને મળવા જઈએ છીએ. તમારા માટે માગું નાખું?"

◆

****ફિલ્મ:*** 'ચાંદની રાત' (1949), ***ગાયક:*** શમશાદ બેગમ, ***ગીતકાર:*** શકીલ બદાયુની, ***સંગીતકાર:*** નૌશાદ, ***કલાકારો:*** નસીબ બાનુ, ઉલ્લ્હાસ, શ્યામ, ***દિગ્દર્શક:*** એમ. અહેસાન

10

આરઝૂ હો રહી હૈ હસરતે બરબાદ હૈ
હમ જમાને મેં ફકત એક દુ:ખભરી ફરિયાદ હૈ*

લોનાવાલાથી પનવેલ થાય 54-55 કિલોમીટર દૂર. રસ્તા સારા હોય અને ટ્રાફિક ન હોય તો કારમાં એકાદ કલાકમાં પહોંચી જવાય. આ સફરમાં પાછળની સીટમાં થર્મોસમાંથી ચાની ચુસકી ભરતા અજય અને સૂરજ આસપાસ નજર ફેરવી રહ્યા હતા.

સૂરજે વાતની શરૂઆત કરી, "જોયું પનવેલ કેટલું વધી ગયું. પનવેલ નાનું પડ્યું તે ન્યૂ પનવેલ પણ બન્યું. અહીં નવું ઇન્ટરનેશનલ ઍરપૉર્ટ બને પછી તો એ મુંબઈની તોલે પણ આવી શકે."

"પૉસિબલ છે. આમેય પનેલી પરથી બનેલું પનવેલનું મહત્ત્વ તો પોર્ટુગીઝ, બ્રિટિશ અને મરાઠા રાજમાંય હતું. આ ત્રણસો વર્ષ જૂનું શહેર ગાઢી નદીને કિનારે વસેલું છે. એક તરફ અરબી સમુદ્રનો સથવારો તો બીજી બાજુ પર્વતોની હૂંફ. ઇતિહાસ તો ભવ્ય છે જ, પણ વિકાસની આંધળી દોડમાં ભવિષ્ય કેવું હશે એની ફિકર રહે."

"લાગે છે કે આ પનવેલ પણ એક દિવસ મુંબઈની જેમ કૉંક્રિટનું જંગલ બની જશે."

બંને વાતચીતમાં ખોવાયેલા રહ્યા ત્યાં ડ્રાઇવરે ગાડી ઊભી રાખી. સામે નાનકડો કાલુન્દ્રે બસ ડેપો હતો. સૂરજની ગાડી જોઈને એક માણસ દોડી આવ્યો. સેલ્યુટ મારીને આગળ ડ્રાઇવરની બાજુમાં બેસી ગયો.

સૂરજે ઓળખાણ કરાવી, "આ મારા યુનિટનો હવાલદાર પંકજકુમાર. મૂળ યુ.પી.નો, પણ પાલઘરના જ નજીકના ગામ ઓવલેમાં રહે છે. કાલે મેં ફોન કર્યા બાદ તેણે બધી તપાસ કરી રાખી."

અજયે ધીરેથી પંકજને 'થેન્ક્યુ' કહ્યું. પંકજે પાછા વળીને હાથ જોડ્યા, "સર કા ઑર્ડર મિલા તો ખુશી હુઈ." પંકજે ચીંધેલી જગ્યા પર ગાડી ઊભી રહી ગઈ. અજય અને સૂરજ ચાલવા માંડ્યા. શાંતિબહેન જોશીને મળવા માટે.

*

કાળીદાસ ક્યારના વિનોદ વાંકડેને ફોન કરતા હતા. બે-ત્રણવાર ફુલ બેલ વાગી, પણ પછી મોબાઇલ ફોન સ્વિચ ઑફ આવવા માંડ્યો.

એ જ સમયે પોલીસને કડાવથી ટાટા રોડ પર આવતા ભાટગાંવ નજીક એક ઝાડ પાસેથી લાશ મળી. માહિતી મળતાં જ પોલીસ દોડાદોડ આવી ગઈ. મોઢા પરથી વહેલું લોહી સુકાઈ ગયું હતું. ગજવામાંથી સસ્તો મોબાઇલ ફોન અને પ્લાસ્ટિકનું પાકીટ મળ્યું. આના પરથી પોલીસને ખબર પડી કે મૃતકનું નામ નંદકુમાર સારવ હતું ને એ ખાચરેવાડીનો રહેવાસી હતો. એના પ્લાસ્ટિકના પર્સમાં લોનાવાલાથી ખાચરેવાડીની એસ.ટી.બસની ટિકિટ પણ હતી. ખાચરેવાડી રહેતો હોય તો ભાટગાંવ કેમ આવ્યો હશે? કોને મળવા આવ્યો? એવું તે શું બન્યું કે એનો જીવ લઈ લેવાયો?

બારીકીથી નિરીક્ષણ કરતા કાબેલ સબઇન્સ્પેક્ટર પુરંદરેના ધ્યાનમાં કંઈક આવ્યું. લાશ પાસે ઊભડક બેસી ગયો. એકદમ નજીક જઈને હડપચી અને કૉલર વચ્ચેનો શરીરનો ભાગ જોવા માંડ્યો. તેમણે બે હવાલદારને સૂચના આપી, "મોબાઇલ ફોનમાં લાશના ફોટા પાડીને આસપાસ ફરી વળો. પૂછો કે આને કોઈ ઓળખે છે, એને જોયો હતો? સાથે કોઈ હતું?"

પણ આ બધા સવાલોના જવાબ પોતાની સાથે લઈને વિનોદ વાંકડે લાતુર જતી બસમાં બેઠો હતો. એક તો પહેલીવાર હત્યા કરી. અત્યાર સુધી આ કામ માટે પચાસ હજાર મળ્યા. મામલો શાંત પડી જાય પછી પાંચ લાખ મળવાના છે. એ ક્યારનો ગુડ ન્યૂઝ આપવા માટે ફોન કરી રહ્યો છે, પણ સામેથી કોઈ પ્રતિસાદ નથી. અત્યાર સુધી નાની નાની ચોરીચપાટી અને ક્યારેક મારપીટ કરી લેનારો વિનોદ અકડમાં હતો કે કૅપ્ટન સૂરજ સહસ્રબુદ્ધે કાબેલ અને ચાલાક ખરા, પણ આવા કેસમાં કેટલો રસ લેવાના? અને પેલો અજય મહેતા તો બે-ચાર દિવસનું વૅકેશન પતાવીને જતા રહેશે. લાતુર પહોંચીને શું કરવું એનો પરફેક્ટ પ્લાન એના મનમાં હતો. ત્યાં જ ફોનની ઘંટડી વાગી. નંબર જોઈને એને સંતોષ થયો, ખુશી પણ. ફોન રિસિવ કરીને

વિનોદે બડાશ મારી, "મેં કીધું કે વિનોદ ગમે તે કરી શકે. નંદુ પહોંચી ગયો ઈશ્વરના..." સામેથી ફોન કટ થઈ ગયો. વિનોદે એ જ નંબર રિડાયલ કર્યો તો ફોન સ્વીચ ઑફ હોવાનું સાંભળવા મળ્યું.

*

અજય મહેતા અને કેપ્ટન સૂરજ સહસ્રબુદ્ધે ચૂપ હતા. માજી હવાલદાર પંકજકમાર ક્યારનો 'સૉરી' 'સૉરી' કહેતો હતો. છેક લોનાવાલાથી આવ્યા, પણ શાંતિ જોશી ન મળ્યા. આ ત્રિપુટી પહોંચી ત્યારે ઘરના દરવાજા પર લટકતા તાળાએ આવકાર આપ્યો. સવારના પહોરમાં કોઈને પૂછપરછ કરવાનું ન ગમે, પણ પંકજકુમારે હિંમત કરી. ઘરની સામેના કરિયાણાવાળાએ માહિતી આપી, "મારી દુકાને જ રાતે ફોન આવ્યો હતો. કોઈ સગાં બીમાર હોવાથી વહેલી સવારે પાંચ વાગ્યાની બસમાં જવાની વાત કરતાં હતાં શાંતિતાઈ."

"ક્યાં જવાનાં હતાં?"

"નાસિક."

"કોના ઘરે જવાનાં હતાં એ ખબર છે?"

"બહુ તો ખબર નથી, પણ નાસિકમાં એક કઝિન રહે છે. ક્યારેક ફોન આવે એમનો."

એ જ સમયે કાળીદાસનો અજય મહેતા પર ફોન આવ્યો, "વિનોદ વાંકડેનો ફોન લાગતો નથી."

"કદાચ નેટવર્કનો પ્રૉબ્લેમ હશે..."

"ના, ના, બે વાર પૂરી બૅલ વાગી, પણ પછી ફોન સ્વીચ ઑફ બતાવે છે."

"ઠીક છે, ટ્રાય ચાલુ રાખજો, પણ નંદુનો નંબર મને એસ.એમ.એસ. કરો."

ફોન કટ કરીને અજય મહેતા વિચારમાં પડી ગયા. "યાર સૂરજ, આ મામલો સાપસીડી જેવો થતો જાય છે. આપણને લાગે કે આગળ વધીએ છીએ, ઉપર ચડીએ છીએ ત્યાં જ નીચે ઊતરી પડીએ છીએ. હુમલા અને ખૂનના સમયે નંદુ રજા લઈને જતો રહ્યો. કદાચ એ યોગાનુયોગ હોય. એની પાસે મોબાઇલ હતો. છતાં કુકુને કેમ કીધું કે ફોન નથી. એ ભલે પોતાના કારણસર ખાચરેવાડીથી કડાવ ગયો હોય, પણ શંકા ગયા વગર રહેતી નથી. એને શોધવા ગયેલો વિનોદ મોબાઇલ ફોન વાપરતો નથી, પણ આપણે એને

પરાણે ફોન આપ્યો, તો હવે એનો નંબર સ્વીચ ઑફ આવે છે.”

“હા, અજય. મામલો ગૂંચવાયો લાગે છે. શું કરવાનો વિચાર છે હવે?”

“આમાં એક આશા જાગી હતી, શાંતિતાઈ જોશી. તેઓ પણ આપણા આવવા અગાઉ અચાનક ગાયબ થઈ ગયાં, એ વિચિત્ર નથી લાગતું? શક્ય છે કે ખરેખર એમના પરિવારમાં કોઈ બીમાર હોય, પણ આપણે અટવાઈ ગયા ને? મર્ડર કેસમાં જરાક ઢીલ થવાથી ખૂની બહુ દૂર નીકળી જાય.”

“યુ આર રાઇટ. અમે તો યુદ્ધના માણસ. હુમલો કરી જાણીએ દુશ્મન દેખાય તો.”

સૂરજનો જવાબ સાંભળીને અજય વિચારમાં પડી ગયા કે દુશ્મનનું નામ ખબર નથી તો હુમલો કરવો કોના પર. અચાનક ગાડી છોડીને અજય ઉતાવળે પગલે કરિયાણાવાળા પાસે ગયા. તેમણે સવાલ પૂછ્યો, “કાલુન્દ્રેમાં બૅન્ક કેટલી?”

“બે બૅન્ક છે. એક નેશનલાઇઝ્ડ અને બીજી કો-ઑપરેટિવ.”

“શાંતિતાઈનું ખાતું કઈ બૅન્કમાં હતું ખબર છે?”

“હા, કો-ઑપરેટિવ બૅન્કમાં. ખાતું ખોલવાનું ફૉર્મ મેં ભરી આપ્યું હતું. મેં જ સહી પણ કરી હતી.”

“ખૂબ અરજન્ટ કામ છે. કોઈકના જીવનમરણનો સવાલ છે. તમે બૅન્કમાં સાથે આવશો?”

વેપારીને બહુ ગમ્યું નહીં, પણ શાંતિતાઈનો વિચાર આવતા તૈયાર થયો. પાંચ મિનિટમાં અજય મહેતા, કૅપ્ટન સૂરજ અને કરિયાણાવાળો બૅન્કમાં હતા. મૅનેજર આવીને બેઠા ત્યાં જ ત્રણેએ કૅબિનમાં પ્રવેશ કર્યો. કૅપ્ટન સૂરજે પોતાની ઓળખ આપી. પછી અજય વિશે જણાવ્યું. મૅનેજરને એમની વાતમાં વિશ્વાસ બેઠો. સૂરજે અજયને ઇશારો કર્યો કે આપે જે વાત કરવી હોય એ કરી લો.

અજયે મૅનેજર સામે સ્મિત કર્યું, “જુઓ, શાંતિતાઈ જોશીને દર મહિને એક ચેક મળે છે. એ લોનાવાલાથી આવે છે. બરાબર છે કે નહીં એ ચેક કરી આપશો?”

મૅનેજરે કમ્પ્યૂટરમાં નામ ફીડ કરીને શાંતિતાઈનું એકાઉન્ટ ખોલ્યું, “સાચી વાત છે. મહિને આ એક જ ચેક આવે. એમાંથી અડધોઅડધ રકમ ઉપાડી લે છે.”

"થેન્ક્યુ. એક વિનંતી છે સર, શાંતિતાઈના ઍપ્લિકેશન ફૉર્મમાં ફોટો હશે એ જોવા મળે?"

મૅનેજરને થયું કે ના પાડી દે, પણ મામલો ગંભીર લાગ્યો. બૅલ મારીને પ્યૂન પાસે ઍપ્લિકેશન ફૉર્મની ફાઇલ મગાવી. શાંતિતાઈનું ફૉર્મ શોધીને અજય સામે ધર્યું, "થૅન્ક્યુ સો મચ સર. આનો ફોટો પાડી શકું?"

"સર, હકીકતમાં હું બધું ન કરી શકું. ખાતેદારની ખાનગી બાબત..."

"આઇ અન્ટરસ્ટૅન્ડ. એવું જ હોવું જોઈએ, પણ સર એક મર્ડર થયું છે. શાંતિતાઈ અચાનક ઘરેથી નીકળી ગયાં છે. કદાચ, આઈ રિપિટ કદાચ, એમનો જીવ જોખમમાં હોય તો? આપની મદદથી એમને બચાવી શકીશું અમે. પ્લીઝ સર..."

"ઓહ! એવું હોય તો આપ પાડી શકો છો ફોટો." અજયે તરત મોબાઇલ ફોનમાં શાંતિતાઈના ફોટા પાડ્યા. મૅનેજરને 'થૅન્ક્યુ વેરી મચ' કહીને ઊભા થયા. પણ મૅનેજરે ચા માટે આગ્રહ કર્યો. એકદમ ભાગી જવાનું સારું ન લાગે એટલે અજય પાછા બેસી ગયા. ચા આવે એટલો સમય બગાડવો પોસાય એમ નહોતો. અજયે કૅપ્ટનને પૂછ્યું, "નાસિક પોલીસ કે નાસિક બસ ડેપો પર કોઈ ઓળખીતું છે?"

કૅપ્ટન કંઈ બોલે એ પહેલાં મૅનેજર બોલી ઊઠ્યા, "નાસિક બસ ડેપો પર મારો સાળો રાજુ પાટિલ બુકિંગ ક્લાર્ક છે."

અજય એકદમ ખુશ થઈ ગયા, "મૅનેજરસાહેબ, તમે તો અમારા માટે વરદાન બની ગયા. આ ફોટો તમારા સાળા રાજુ પાટિલને મોકલો. પછી મને વાત કરાવશો, પ્લીઝ? એ જ સમયે અજયને વિચાર આવ્યો કે નાસિકનો રાજુ ખરેખર લોનાવાલા કેસમાં કંઈ ધમાકો કરી શકશે?"

◆

****ફિલ્મ:*** 'સાકી' (1952), ***ગાયિકા:*** તલત મહેમુદ, લતા મંગેશકર, ***ગીતકાર:*** રાજેન્દ્ર કૃષ્ણા, ***સંગીતકાર:*** સી. રામચંદ્ર, ***કલાકારો:*** પ્રેમનાથ, મધુબાલા, મુમતાઝ, ***દિગ્દર્શક:*** હરનામ સિંહ રવૈલ ઉર્ફે એચ. એસ. રવૈલ અને એમના સહાયક દિગ્દર્શક હતા ભવિષ્યના જ્યુબિલી સ્ટાર રાજેન્દ્રકુમાર!

11

દુનિયા મેં, દુનિયા મેં નહીં કોઈ યાર વફાદાર
જમાના સચ કહેતા હૈ યહા કરના કિસી સે પ્યાર હૈ બેકાર*

ઘડિયાળના કાંટા આગળ ધપવા સાથે અજયના દિલની ધડકન તેજ થઈ રહી હતી. ઇન્ટરનેટ પર ચેક કર્યા મુજબ શાંતિતાઈની બસને નાસિક પહોંચવામાં પાંચ કલાક અને પાંચ મિનિટનો સમય લાગતો હતો. તેમની જીપ એકદમ દોડાદોડ નાસિક ભણી આગળ વધી રહી હતી.

નાસિક બસ ડેપોના બુકિંગ ક્લાર્ક રાજુ પાટિલને ફોટા મોકલીને જણાવી દેવાયું હતું કે એસ.ટી.ની બસમાંથી આ શાંતિતાઈ ઊતરે એટલે એમને કહેવાનું કે લોનાવાલાના કિશોર સોનીનો એકદમ અરજન્ટ મૅસેજ લઈને કોઈ આવી રહ્યું છે. શક્ય હોય તો એમને બસ ડેપો પર બેસાડી રાખવાં નહીંતર એ જ્યાં જવાનાં હોય ત્યાંનું ઍડ્રેસ લઈ લેવું. શક્ય બને તો એમને રિક્ષામાં મૂકવાના બહાને કોઈ ઘર પણ જોઈ આવે.

એક તો જીજાજીનો ફોન, એમાંય ખૂનનો મામલો, પાછા ડિટેક્ટિવ અને આર્મીના કૅપ્ટન આવે છે. રોજેરોજ ટિકિટ ફાડીને કંટાળેલા રાજુ પાટિલને આ પડકારરૂપ લાગ્યું. તેણે અડધા દિવસની રજા જ મૂકી દીધી. બસ આવી એટલે એ એકદમ દોડી ગયો. ઘડી ઘડી મોબાઇલ ફોનમાં શાંતિતાઈનો ફોટો જુએ અને બસમાંથી ઊતરતા પેસેન્જરોને તાકી રહે. એક પછી એક પ્રવાસી ઊતરતા રહ્યા, પણ શાંતિતાઈનો પત્તો નહોતો. કંડક્ટરને ફોટો બતાવીને પૂછ્યું, "આ બાઈ બસમાં ચડ્યાં હતાં.?"

હકારમાં માથું ધુણાવીને એ કેન્ટિન ભણી દોડી ગયો. રાજુ પાટિલ આશ્ચર્યમાં પડી ગયો. તેણે ડિટેક્ટિવ અજય મહેતાને ફોન કર્યો, "બસ આવી ગઈ. શાંતિતાઈ બસમાં ચડ્યાનું કંડક્ટરે કહ્યું, પણ એ ઊતર્યાં નથી."

"વ્હૉટ? એવું કેવી રીતે બને?"

"પ્લીઝ, તમે બરાબર જુઓ, કિશોરભાઉ."

"મેં જોયું સાહેબ. એક-એક પેસેન્જરને જોયા. શાંતિતાઈ ઊતર્યાં જ નથી."

"એકવાર બસની અંદર જઈને જોઈ લો. પછી મને ફોન કરો."

રાજુ પાટિલ બસની અંદર ગયો અને ધીમે પગલે આગળ વધતો ગયો. પાંચ-છ લાઇન આગળ વધ્યો ત્યાં એના પગ એકદમ પથરો થઈ ગયા. આંખ એકદમ ફાટી ગઈ.

*

કુકુ ક્યારની ફોન કરી રહી છે, પણ સામેથી કોઈ ઉપાડતું નથી. ત્યાં ગેટમાંથી સબ ઇન્સ્પેક્ટર સદાનંદ પાટિલ હવાલદાર પાડુંરંગ વર્દેને લઈને આવતા દેખાયા.

કુકુને એકદમ અપસેટ જોઈને સદાનંદ ચૂપચાપ સામેના સોફા પર બેસીને, "જુઓ કુકુ, તમારી સાથે જે થયું એ હું સમજી શકું છું, પરંતુ મામલો ખૂનનો છે. પોલીસની ફરજ તમે સમજો છો ને?"

કંઈ બોલવાને બદલે કુકુએ હળવેથી માથું ધુણાવ્યું. સદાનંદે એના ચહેરા પરની વેદના જોઈને પૂછ્યું, "તમે સ્વસ્થ હો તો થોડી વાત કરીએ?"

"જી, આપ ફરજ બજાવો એ અમારા હિતમાં જ છે."

"મને જાણવા મળ્યું કે રંજનના અગ્નિદાહ વખતે તમારો ભાઈ કિશોર સોની હાજર નહોતો. એ વાત સાચી?"

"હા, પણ ભાઈ ક્યારે હોશમાં હોય છે? આમેય જવાબદારી કે ફરજ માટે અમને તેમની પાસે કોઈ અપેક્ષા નથી. બસ, શાંતિથી જીવે અને અમને જીવવા દે તો ઘણું છે, પણ..."

"પણ શું?"

"કંઈ નહીં. બોલો આપને શું પૂછવું હતું?"

"તમે ત્રણ ભાઈ-બહેનનો પરિવાર. આટલો મોટો બંગલો છતાં કિશોર સોની કેમ અલગ રહે છે?"

"એમની લાઇફસ્ટાઇલ અલગ છે. એમને અમારી સાથે ન ફાવે અને અમને એમની સાથે. સારું જ છે કે અલગ રહે છે."

"પણ પહેલા તો અહીં સાથે રહેતા હતા એવું સાંભળ્યું કોઈ પાસે?"

"હા, દોઢેક વરસ અગાઉ સાથે રહેતા હતા એ સાચી વાત, પરંતુ એમને મળવા ઘણા આવે. જાતજાતના માણસો. શા માટે આવે એની ઝાઝી ખબર નથી, પણ એક બનાવથી અમે ખૂબ ગભરાઈ ગયા હતા."

"કેમ શું થયું હતું?"

"દોઢેક વરસ અગાઉ બંગલોના ગાર્ડનમાં ધડાકો થયો હતો!"

"ધડાકો એટલે?"

"સાહેબ, મુંબઈમાં બૉમ્બ બ્લાસ્ટ સિરીઝમાં મેં બે ખાસ ફ્રેન્ડ ગુમાવી છે ત્યારથી નાના ફટાકડાના અવાજ પણ સહન થતા નથી. તો ધડાકા થાય તો કેવા ગભરાઈ જવાય?"

"યુ મીન બ્લાસ્ટ... એટલે બૉમ્બ ધડાકો થયો હતો?"

"કંઈક એવું જ. અમે બંને, હું અને રંજનદીદી ઘરની બહાર દોડી ગયાં હતાં. આસપાસના લોકો દોડી આવ્યા હતા."

"અને કિશોર?"

"ભાઈ તો ઘરે નહોતા..."

"કોઈને કંઈ ઈજા... કે નુકસાન?"

"ના. સદ્‌ભાગ્યે ખાસ તકલીફ ન પડી."

"પણ ધડાકો શેનો હતો?"

"એ તો ખબર ન પડી. પોલીસ પણ આવી હતી. તેમનો રિપોર્ટ હશે પોલીસસ્ટેશનમાં."

"એ તો હું જોઈ લઈશ. પણ એ સમયે કિશોર ક્યાં હતા? ક્યારે આવ્યા?"

"ધડાકો થવાના ચાર-પાંચ કલાકે ઘરે આવ્યા. પોલીસને જવાબ આપી દીધો કે હું દોસ્તો સાથે દારૂ પીતો બેઠો હતો."

"ઓહ, પછી શું થયું?"

"અમે બંને બહેનો ખૂબ ગભરાઈ ગઈ હતી. કિશોરભાઈ સાથે ઉગ્ર ચર્ચા થઈ કે તમને મળવા કેવા કેવા માણસો આવે છે. એમાંથી કોઈ ગાર્ડનમાં કંઈક મૂકી ગયું કે કંઈક ભૂલી ગયું. આપણા ત્રણમાંથી કોઈને કંઈ થઈ ગયું હોત તો?"

"પણ ભાઈ માનવા જ તૈયાર નહીં કે આ ધડાકો એમના કોઈ દોસ્તને

લીધે થયો હોઈ શકે. ખૂબ ઉગ્ર બોલાચાલી બાદ તેઓ આ બંગલો છોડી ગયા."

"છોડીને ક્યાં ગયા?"

"એક જૂનો અવાવરુ બંગલો વરસો અગાઉ દાદાએ લીધો હતો. એને તોડીને નવો બંગલો બનાવવાનો પણ હતો. દાદા પછી પપ્પા-મમ્મી પણ ગુજરી ગયાં. કિશોરભાઈમાં તો નવો બંગલો બાંધવા માટેની મહેનત કરવાની તાકાત જ ક્યાં છે? એ તો પોતાની દુનિયામાં મસ્ત રહે છે."

"ઓ.કે., ફરી જરૂર પડશે તો હેરાન કરીશ." ઊભા થતા સદાનંદ બોલ્યો.

"એક તકલીફ આપી શકું?"

"હા, હા, જરૂર."

"કોઈ સારો અને ઝડપી વકીલ બતાવી શકો?"

"ચોક્કસ. પૂછી શકું કે શું કામ છે?"

"સર, રંજનદીદીના ગયા પછી મને કોઈ વસ્તુમાં રસ નથી. સાથોસાથ ખૂબ ડર લાગે છે. આમેય અમારા ઘર પર પથરા ફેંકાતા હતા, ગોળીબાર થતા હતા અને ધમકીના ફોન આવતા હતા, ધડાકા થયા અને છેલ્લે રંજનદીદી..."

કુકુ એકદમ ઢીલી પડી ગઈ, છતાં સદાનંદ પૂછી બેઠો, "પણ આ બધામાં વકીલ ક્યાં આવ્યો?"

"સર, મને હવે કોઈ વાતમાં રસ નથી. હું બધી પ્રોપર્ટી કિશોરભાઈને નામે કરી દેવા માગું છું. કદાચ એનાથી એમને શાંતિ મળે અને મને સલામતી..."

"તમે કહેવા શું માગો છો?"

"કંઈ નહીં. હવે આ બધાથી હું ભયંકર કંટાળી છું. મારું માથું બહુ દુઃખે છે. હું જાઉં આરામ કરવા?" આટલું કહીને કુકુ ઊભી થઈને બીજા રૂમ ભણી ચાલવા માંડી.

સદાનંદ પાટિલ એને જતા જોઈ રહ્યો. એ ચાલવા માંડ્યો. પાછળ કૉન્સ્ટેબલ વર્દે પણ.

*

બસની અંદર ગભરાટ સાથે રાજુ પાટિલ આગળ વધ્યો, "પોતે આ

પળોજણમાં ક્યાં ફસાઈ ગયો?" બે ડગલાનું અંતર રાખીને તે શાંતિતાઈને જોઈ રહ્યો. તેણે ધીમા અવાજે બૂમ પાડી, "શાંતિતાઈ... ઓ શાંતિતાઈ... નાસિક આવી ગયું... શાંતિતાઈઈઈ..."

અને અચાનક શાંતિતાઈની આંખો ખૂલી અને રાજુ ગભરાટમાં બે ડગલાં પાછળ હટી ગયો. શાંતિતાઈએ આસપાસ જોયું, "નાસિક આવી ગયું? કાલે રાતે ઉજાગરો હતો એટલે ઊંઘ આવી ગઈ."

રાજુ પાટિલને થતું કે પોતે માથું કૂટે કે હસે? ક્રોધાવેશને કાબૂમાં રાખીને એ બોલ્યો, "નાસિક ક્યારનું આવી ગયું, શાંતિતાઈ જોશી."

અચાનક શાંતિતાઈએ એની સામે જોયું, "તું છે કોણ? ને મારું નામ ક્યાંથી જાણે છે?"

"એક ઇમરજન્સી માટે મને મોકલ્યો છે?"

"કેવી ઇમરજન્સી? બનાવટ કરતો નહીં હો, મારી સાથે..."

"તમે સોની પરિવારને ઓળખો છો ને? લોનાવાલાના કિશોર સોનીને?"

"હા, હા, પણ કિશોરભાઉને થયું શું?"

"કંઈ થયું નથી. આવો, કોઈક આપની સાથે વાત કરવા માગે છે."

બંને બસમાંથી નીચે ઊતર્યા એટલે રાજુ એમને કેન્ટિન તરફ લઈ ગયો. પોતાના માટે વડાપાઉંનો ઑર્ડર આપ્યો. પછી શાંતિતાઈને પૂછ્યું, "તમે શું લેશો? કેન્ટિનનાં વડાં બહુ ટેસ્ટી હોય છે."

"અચ્છા. તો એક પ્લેટ વડાં અને કટિંગ ચા."

ઑર્ડર આવે એ પહેલાં રાજુ પાટિલે અજય મહેતાને ફોન કર્યો ને પૂરી વાત જણાવી. અજય મહેતાએ સૂચના આપી કે વીડિયો કૉલથી મને શાંતિતાઈ સાથે વાત કરાવો. વીડિયો કૉલ ચાલુ થયો, એ સાથે જ. અજય મહેતાએ વાત માંડી, "શાંતિતાઈ, આપે કેટલાં વરસ સોની પરિવાર સાથે કામ કર્યું?"

"પંદરેક વરસ થયાં હશે. ત્રણેય છોકરાવના મમ્મી-પપ્પાના ટેમથી."

"આ કિશોર સોની તમને શું કામ ચેક મોકલે છે દર મહિને?"

"સાચું કહું, સાહેબ? સાવ ઓલિયો, ભોળોભટક છે... મને કહે કે તમે અમારી આટલી બધી સારસંભાળ રાખી તો મારી કંઈ ફરજ ખરી કે નહીં? ધરાર માને જ નહીં. એના દાદા-દાદી અને મા-બાપની જેમ

એકદમ ભગવાનનું માણસ. ઈશ્વર ભલું કરે એનું! અને બંને છોકરીઓને ઓળખોને તમે?" અચાનક નેટવર્ક પ્રૉબ્લેમને લીધે ફોન કટ થઈ ગયો.

◆

**ફિલ્મ:* 'અંબર' (1952), *ગાયક:* મોહમ્મદ રફી, લતા મંગેશકર: *ગીતકાર:* શકીલ બદાયુની, *સંગીતકાર:* ગુલામ મોહમ્મદ, *કલાકારો:* રાજકપૂર, નરગીસ, *દિગ્દર્શક:* જયંત દેસાઈ

12

લો જામ મહોબ્બત કે પી લો
મોરે રસિયા હો મોરે રસિયા*

વીડિયો કૉલ ફરી લગાવીને શાંતિતાઈ જોશી સાથે વિગતવાર વાત કરી લીધા બાદ અજય મહેતાને આંચકો લાગ્યો. હવે તેમના વિચારોને અલગ દિશા મળી. પરંપરાગત મંતવ્યને તદ્દન ભિન્ન દૃષ્ટિકોણ મળ્યો. તેમણે તાત્કાલિક કૅપ્ટન સૂરજ સહસ્રબુદ્ધેને ફોન કરીને થોડી સૂચના આપી. અંતે ઉમેર્યું, "બે વાતનું ધ્યાન રહે. એક, કામ ઝડપથી પતાવો. બે, કોઈને કાનોકાન આની ખબર ન પડે. તમારો જાણીતો વિસ્તાર છે એટલે તમે વધુ બહેતર સમજો કે શું કરવું?"

આ મહત્ત્વનું કામ આટોપ્યા બાદ ડિટેક્ટિવ અજય મહેતાએ લેપટોપ ખોલ્યું. આસિસ્ટન્ટ ઍક્ટ્રેસ ડાન્સર કુકુ વિશે શક્ય એટલી વિગતો મોકલી હતી. સાથે કેટલીક તસવીરો પણ હતી. અજય મહેતા તરત વાંચવા માંડ્યા.

"કુકુ... મૂળ નામ કુકુ મોરે... ભારતીય સિનેમાની ઍંગ્લો ઇન્ડિયન ડાન્સર અને ઍક્ટ્રેસ... 1940 અને 1950ના દાયકામાં હિન્દી સિનેમાની ડાન્સિંગ ક્વીન... 'રબર ગર્લ'નું બિરુદ મેળવનારી કુકુએ પોતાના નૃત્યકૌવત, નજાકત, તાજગી અને માદકતાથી પોતાના ડાન્સને-હાજરીને એ સમયની ફિલ્મોનું અનિવાર્ય અંગ બનાવી દીધાં હતાં."

1946માં પ્રથમ ફિલ્મ 'આરબ કા સિતારા'થી કુકુની નૃત્યકળાનો પરિચય જ ન થયો, એની અંદરની અગણિત સંભાવના હીરા પારખુઓથી છાની ન રહી. કુકુની કારકિર્દીમાં ટર્નિંગ પૉઇન્ટ આવ્યો મહેબૂબ ખાનની ફિલ્મોથકી. 1948ની 'અનોખી અદા'થી બોલીવૂડની ટોપ ડાન્સરના સિંહાસન પર બિરાજમાન થઈ. 1949માં દિલીપ કુમાર, રાજ કપૂર અને નરગીસની લવ

ટ્રાયેન્ગલવાળી 'અંદાઝ'માં કુકુનું અભિનય કૌશલ બહાર આવ્યું. મહેબૂબ ખાનની પહેલી ટૅક્નિકલર 'આન' (1952) કુકુની પહેલી રંગીન ફિલ્મ. 'આન' બાદ 'મયૂરપંખ' એ કુકુની કારકિર્દીની બીજી અને અંતિમ રંગીન ફિલ્મ.

હેલન અને વૈજયંતીમાલાના આગમન સુધી કુકુ ટોચની ડાન્સર બની રહી. યોગાનુયોગ જુઓ કે ઍંગ્લો બર્મીઝ ડાન્સર અને ઍક્ટ્રેસ હેલનને પ્રોત્સાહન આપનાર કુકુ જ. તેર વર્ષની હેલનને કોરસ ડાન્સર તરીકે 1951માં કુકુએ જ ચાન્સ અપાવ્યો. બે ફિલ્મ 'આવારા' અને 'શબિસ્તાન'માં કુકુ અને હેલનની જુગલબંદી 1958માં બે ફિલ્મમાં જોવા મળી, 'ચલતી કા નામ ગાડી' અને 'યહૂદી.' 1963માં કુકુ છેલ્લી ફિલ્મમાં દેખાઈ 'મુઝે જીને દો...' કેવું સૂચક ટાઇટલ?

અચાનક અજય મહેતાને પોતાને સવાલ થયો કે રમેશભાઈ સોની અન્ય લાખોની જેમ કુકુના ફૅન હતા. અન્ય અનેક પારિવારિક કારણોસર આ નામ અનુકૂળ હોવાથી તેમણે દીકરીને આપ્યું, પણ બોલીવૂડની ભૂતપૂર્વ ગોલ્ડન સ્ટારનો આ કેસ સાથે ખરેખર કોઈ સંબંધ હશે ખરો? એની કારકિર્દી, જીવન, સંઘર્ષ, સફળતા, અંજામમાં કોઈ કડી કે દિશા મળશે કે પોતે સમય બગાડી રહ્યો છે?

*

સબ ઇન્સ્પેક્ટર સદાનંદ પાટિલ ધૂંઆપૂંઆ થઈને કૉન્સ્ટેબલ પાંડુરંગ વર્દે અને અન્ય એક હવાલદાર પર રાડારાડ કરતા હતા. મોઢા પર રૂમાલ મૂકીને કિશોર સોનીના અવાવરુ અને ગંધાતા બંગલોનો એક-એક ખૂણો ફેંદી વળ્યા, પણ કિશોર ક્યાંય નહોતો. ઠેર ઠેર દારૂ જ દારૂ. ક્યાંક વ્હીસ્કીની સાવ ખાલી તો ક્યાંક અડધી ખાલી બૉટલ. કોઈ કબાટમાં રમની બૉટલ તો કોઈક ખાનામાં વૉડકાના ક્વાર્ટર. બે-ચાર જગ્યાએ ઢોળાયેલો અફીણનો પાઉડર પણ દેખાયો.

સદાનંદને થયું કે આ બધું તો ઠીક છે. આ બધું તો મળે જ, કારણ કે આ કિશોર સોની પૂરેપૂરો બેવડો છે. ના, માત્ર બેવડો નહીં, બદમાશ હતો બદમાશ. ખૂની પણ. એક સગી બહેનનો જીવ લીધો, બીજી પર હુમલો. વૉશિંગ મશીનમાં ધોયા વગરના પડેલા ગંધાતા જીન્સ અને ચેક્સના મેલા શર્ટ્સ જોઈને એમની આંખ ચમકી, "પાંડુરંગ, આ બધાં કપડાં પુરાવા તરીકે જપ્ત કરી લેજો. કદાચ ક્યાંક લોહીના ડાઘ પણ હોય."

પણ પાંડુરંગનું 'યસ સર' ન સાંભળવા મળ્યું. સદાનંદને આશ્ચર્ય ઓછું થયું ને ગુસ્સો વધુ આવ્યો. આસપાસ નજર ફેરવી ત્યાં જ પાંડુરંગ દોડતો આવ્યો. તેણે ઝાડની ડાળખી પર એક શર્ટ ઊંચક્યું હતું, "સર, આ શર્ટ પાણીની ટાંકી પર હતું. આની એક સ્લીવ પાસેથી ટુકડો ઊખડી ગયો લાગે છે."

"શું?" કહીને સદાનંદ નજીક ધસી ગયો. રંજનના હત્યાસ્થળથી થોડે દૂર ઝાડમાં ફસાયેલો ચેક્સવાળો ટુકડો યાદ આવ્યો. આ અદ્દલ એ જ કપડું લાગે છે. એ શર્ટનો ટુરડો હોય તો કામ થઈ ગયું સમજો. પોતાની શંકા સાચી પડતી જોઈને સદાનંદે મૂછને વળ દીધો. "ગુડવર્ક પાંડુરંગ. વેરી ગુડ. પણ હવે આ કિશોર સોનીને શોધવા માટે કમર કસવી પડશે. આ બેવડો અને બદમાશ ખૂબ મોટી આઇટમ નીકળ્યો. એક નંબરનો ભારાડી."

સબ ઇન્સ્પેક્ટર સદાનંદ પાટિલને થયું કે કુકુને બચાવાનો દેખાડો કરવામાં કદાચ થોડી રકમ ખંખેરી શકાશે ને પછી કિશોર સોનીને પકડીને મર્ડર કેસ સોલ્વ કરીને સારી જગ્યાએ ટ્રાન્સફર મેળવી લઉં. હવે સોની ફૅમિલીના મામલામાં થોડું ઊંડું ઊતરવું પડશે. આવો મોકો ફરી જલદી નહીં મળે.

*

ભાટગાંવના સબ ઇન્સ્પેક્ટર પુરંદરેને નંદુ સારવ મર્ડર કેસમાં ધીરે ધીરે માહિતી મળી રહી હતી. ખાચરેવાડીમાં ખબર પડી કે એ અહીં બહુ રહેતો જ નહોતો, એ તો લોનાવાલામાં કામ કરતો હતો ત્યાં જ એક ખબરીએ માહિતી આપી કે નંદુ કડાવ ગામમાં દેખાયો હતો અને એની સાથે કોઈક હતું, પણ એ હતું કોણ? એ બંને સાથે દેખાયા પછી નંદુનું મર્ડર થયું છે. શું એ સાથે દેખાયેલા માણસે જ હત્યા કરી હશે?

અત્યારે તો સબ ઇન્સ્પેક્ટર પુરંદરેને થયું કે લોનાવાલા પોલીસસ્ટેશનમાં જાણ કરીએ અને શક્ય હોય તો વધુ માહિતી મેળવીએ. યોગાનુયોગ એનો ફોન ઇન્સ્પેક્ટર સદાનંદ પાટિલે જ ઉપાડ્યો. લોનાવાલામાં કામ કરતા શખસની ભાટગાંવમાં લાશ મળી એ જાણીને તેમને આશ્ચર્ય થયું. મૃતકનું નામ નંદકુમાર સારવ હતું અને એ કડાવમાં કોઈકની સાથે દેખાયો હતો. આટલું કહીને પુરંદરેએ મોબાઇલ ફોનમાં નંદકુમારનો ફોટો મોકલ્યો. ફોટો જોઈને સદાનંદ બડબડવા માંડ્યા... નંદકુમાર... નંદકુમાર... આ ક્યાંક નંદુ તો નથી ને?

તેમણે તરત જ કુકુ સોનીને ફોન જોડ્યો, "તમારો નોકર નંદુ પાછો આવ્યો?"

"ના, કેમ?"

"એની સાથે કંઈ વાત થઈ? ફોનબોન આવ્યો?"

"ના, ના, પણ મામલો શું છે ઇન્સ્પેક્ટરસાહેબ?"

"એનું પૂરું નામ શું?"

"અમે તો નંદુ-નંદુ જ કરતા હતા... કેમ?"

"નંદકુમાર સારવ યાદ આવે છે?"

"હા, એવું જ કંઈક નામ. એકવાર ચેક આપ્યો હતો. એમાં આવું નામ લખાવ્યાનું આછું આછું સાંભરે છે ખરું, પણ છે શું?"

"નંદુ ઉર્ફે નંદકુમાર સારવની લાશ મળી છે."

"શું? એ ગરીબ કોઈનું શું બગાડી શકે? એની પાસેથી લૂંટનારાને મળેય શું?"

"કુકુ સોની... જુઓ તમારા ઘર પર હુમલો થાય, તમારી બહેનનું મર્ડર થાય, તમારો ભાઈ ગાયબ થઈ જાય અને ગામ ગયેલા નોકરની લાશ મળે... દિવસે દિવસે કેસ બગડતો જાય છે..."

સામેથી એકદમ રડવાનો અવાજ આવવા માંડ્યો. સદાનંદ પાટિલ "હલ્લો, હલ્લો" કરતા રહ્યા. થોડીવાર બાદ કુકુનો અવાજ સંભળાયો, "સર, જે કરવું પડે એ કરો, પણ ખૂનીને પકડી લો. હવે મને બહુ બીક લાગે છે. ફટાફટ વકીલ શોધી આપો, પ્રોપર્ટી બધી કિશોરભાઈને આપીને હું એકદમ મુક્ત."

"અરે, મારી વાત તો સાંભળો..."

"ના, તમે સાંભળો. મારો જીવ જોખમમાં છે એટલે મને કંઈ સૂઝતું નથી. ગમે તેટલો ખર્ચો કરો. મને ખબર છે કે નાના પોલીસસ્ટેશન પાસે ઓછા માણસો હોય, ઓછા વાહન હોય. એવું હોય તો બે-પાંચ લાખ રૂપિયા હું આપી દઉં, પણ પ્લીઝ, મને બચાવી લો."

"તમે ફિકર ન કરો. હું ભાટગાંવથી વધુ વિગતો મેળવીને તમને મળવા આવીશ. ત્યાં સુધી એકદમ સાવચેત રહેજો. જરૂર પડે તો અડધી રાતેય ફોન કરજો. બાય."

*

કિશોર સોનીએ આંખ ખોલી, માંડ માંડ. આખું શરીર દુઃખતું હતું. આસપાસ જોઈને સમજાયું નહીં કે પોતે ક્યાં છે? આમ તો નિરાંતે પલંગમાં સૂતો હતો. કદાચ ગ્લુકોઝ ચડાવાયા હતા, જેની નીડલ હજી ડાબા હાથના કાંડામાં હતી. ત્યાંની ચામડી ખૂબ લાલ થઈ ગઈ હતી અને થોડોક સોજો પણ ચડી ગયો હતો.

આસપાસ ફ્રૂટ, બ્રેડ-બટર અને બિસ્કિટ પડ્યાં હતાં. બાજુમાં જ દવાની બૉટલ અને ટેબ્લેટ્સનાં રેપર પણ ઘણાં હતાં. જોકે કિશોરને થયું કે અત્યારે આ બધાની નહીં, પણ વ્હીસ્કીના પતિયાલા પૅગની જરૂર છે. કાશ, એકાદ જામ મળી જાય તો કંઈક બળ વળે શરીરને. એ ઊભો થવા ગયો ત્યારે ધ્યાનમાં આવ્યું કે દૂર ખુરશી પર કોઈ હતું. એ વ્યક્તિ કદાચ ટેબલ પર ઊંધું માથું રાખીને સૂઈ ગઈ હતી.

કિશોર સોનીએ બૂમ પાડી, "હલ્લો... હલ્લો... હલ્લો... સાંભળો છો?"

ન કોઈ જવાબ મળ્યો ન કોઈ હિલચાલ થઈ. કિશોરનાં અંગેઅંગ તૂટતાં હતાં. પોતાને કંઈ સમજાતું નહોતું ને પેલો આરામથી ઊંઘે છે બેવકૂફ. બે મિનિટ વિચારીને કિશોર સોનીએ ઊંડા શ્વાસ લીધા. પછી એકાએક જોરથી ચીસો પાડવાની શરૂ કરી, "બચાવો... બચાવો... મને કોઈ બચાવો..."

એની ભયંકર ચીસ સાંભળીને ઊંઘતો આદમી સફાળો ઊભો થઈ ગયો. ગભરાટમાં તેણે ગજવામાંથી રિવૉલ્વર કાઢી. એ કંઈ બોલે, કરે કે વિચારે એ અગાઉ દરવાજા બહાર ધમધમાટ શરૂ થઈ ગયો. બહારથી દરવાજા પર જોશભેર હાથ ઠપકારાવા માંડ્યા. પાંચ-સાત બૂમાબૂમ પાડવા માંડ્યા, "શું થયું? ખોલ... દરવાજો ખોલ જલદી."

કિશોર સોનીને થયું કે પોતે મહાભૂલ કરી બેઠો. એક ઊંઘતાને જગાડવા માટે બીજા ન જાણે કેટલા દુશ્મનને બોલાવી બેઠો.

◆

****ફિલ્મ:*** 'કનીઝ' (1949), ***ગાયિકા:*** શમશાદ બેગમ, ***ગીતકાર:*** શાતિર ગઝનવી, હસરત લખનવી, હરિશ્ચંદ્ર, સરાશર સૈલાની, ***સંગીતકાર:*** ગુલામ હૈદર અને હંસરાજ બહલ, ***કલાકારો:*** શ્યામ, મુન્નવર, શ્યામા, ***દિગ્દર્શક:*** કૃષ્ણકુમાર

13

કિસ્મત બિગાડી, દુનિયા બદલી, ફિર કૌન કિસી કા હોતા હૈ, એ દુનિયાવાલે સચ તો કહો...*

સબ ઇન્સ્પેક્ટર સદાનંદ પાટિલ ક્યારના માથું ફાઇલમાં ખૂંપાવીને બેઠા છે. સોની પરિવારના બંગલો વસંત-રીરીના ગાર્ડનમાં થયેલા ધડાકાની ફાઇલનો અભ્યાસ કરી રહ્યા છે. રાતે ચાર વાગ્યાની આસપાસ બહુ મોટો ધડાકો થયો હતો. રંજન અને કુકુ નાઇટ ગાઉનમાં જ બહાર દોડી આવ્યાં હતાં. નોકર નંદુ એટલો ગભરાઈ ગયો હતો કે રસોડામાંથી બહાર જ ન નીકળ્યો. આસપાસવાળા ભેગા થઈ ગયા અને પોલીસને બોલાવી. સદ્ભાગ્યે નહોતી કોઈને ઈજા થઈ કે નહોતું ખાસ નુકસાન થયું.

પોલીસની નોંધમાં લખ્યું હતું કે, "આશ્ચર્યની વાત એ હતી કે ધડાકો થવા છતાં ક્યાંય બૉમ્બના અવશેષ નહોતા મળ્યા, એટલું તો ઠીક હવામાં ક્યાંય ગંધકની વાસ કે બૉમ્બની સામગ્રીની હાજરી સુધ્ધાં નહોતી મળી. ખાસ પૂણેથી બોલાવાયેલા નિષ્ણાતો પણ આશ્ચર્યમાં ગરકાવ થઈ ગયા હતા. હા, વિસ્ફોટના બે દિવસ અગાઉ કિશોર સોની મુંબઈ ગયો હતો, પરંતુ કિશોરને મળવા મુફલીસ-મવાલીઓ આવતા હતા. એ પોલીસના ધ્યાનમાં આવ્યું. કુકુ અને રંજનની પૂછપરછમાં ગોળ ગોળ શબ્દોમાં એક વાત સ્પષ્ટ થતી હતી કે બાપ-દાદાની મિલકત માટે ત્રણેય ભાઈ-બહેનોમાં છૂપી કડવાશ વધી રહી હતી. ખાસ તો કિશોર સોનીને પોતે સૌથી મોટો અને પુરુષ હોવાથી બધું પોતાને નામે કરાવવું હતું, એવી માહિતી નોકર નંદુએ પોલીસને આપી હતી. જોકે રંજને કંઈ બોલવાનો ઇનકાર કરી દીધો હતો. કુકુએ એક જ રટણ માંડી હતી કે અમારા જીવનમાં શાંતિ અને સલામતી આવતી હોય તો પ્રોપર્ટી જેને નામે કરવી હોય તે કરવા હું તૈયાર છું."

ધડાકાની તપાસમાં પોલીસ જરાય પ્રગતિ કરી ન શકી, પરંતુ વસંત-રીરીમાં ન જાણે શું બન્યું કે કિશોર સોની બે-ત્રણ દિવસમાં જૂના અને અવાવરુ બંગલોમાં રહેવા જતો રહ્યો.

એ જ સમયે સદાનંદ વર્દેને લૅન્ડલાઇન પર ફોન આવ્યો, "સર, વસંતરીરીમાં જે કંઈ બની રહ્યું છે, એની પાછળ કિશોર સોની જ છે. એને તાત્કાલિક પકડી લો. પ્લીઝ, નહીંતર કુકુનો ય જીવ જશે. કુકુનો જીવ બચાવવા આપને બે લાખ રૂપિયાનું ઇનામ પણ આપીશ."

"કિશોરને શોધી રહ્યા છીએ અમે..."

"જલદી શોધો, નહીંતર ઔર એક મર્ડર કેસની ઉપાધિ તમારે માથે આવશે અને સર, બે લાખ રૂપિયાવાળી ઑફર મજાક નથી એનો પુરાવો તમને જલદી મળી જશે." આટલું બોલીને અજાણ્યા પુરુષે સામેથી ફોન મૂકી દીધો.

એ જ સમયે હવાલદાર પાંડુરંગ વર્દેએ આવીને એક બૉક્સ સદાનંદ પાટિલ સામે મૂક્યું. કોઈ નાનકડી છોકરી આપી ગઈ આપને માટે. કહેતી હતી કે "ફ્રેશ ચિક્કી છે. લોનાવાલાની બેસ્ટથી પણ ટેસ્ટી, હોમ મેડ છે.' હવાલદાર વર્દે ગયો એટલે પાટિલે બૉક્સ ખોલ્યું તો આંખ પહોળી થઈ ગઈ. અંદર કડકડતી ચલણી નોટમાં પાંચસો-પાંચસો રૂપિયાના બે બંડલ હતા. ફોનવાળો અવાજ કાનમાં પડઘાયો: સર, બે લાખવાળી ઑફર મજાક નથી એનો પુરાવો તમને જલદી મળી જશે. પાટિલે ટેબલ પર મુક્કી પછાડી, "કિશોર, હવે તું બહુ છુપાઈ નહીં શકે."

*

ખબર નહીં કેમ, પણ ફરી ડિટેક્ટિવ અજય મહેતાએ લેપટોપ ખોલ્યું અને ઍક્ટ્રેસ કુકુ વિશે વાંચવાની બાકી રહી ગયેલ વિગતો પર નજર ફેરવવા માંડ્યા. "કુકુને ગીત દીઠ રૂપિયા છ હજાર મળતા હતા... એ જમાનામાં આ રકમ અધધ ગણાતી... એકદમ વૈભવી જીવનશૈલી કુકુની... ત્રણ-ત્રણ કાર સાથે નીકળે... એક પોતાના માટે, બીજી પાલતુ શ્વાનને હરવાફરવા માટે અને ત્રીજીમાં હેલન જેવી શિષ્યા કે મિત્રોને લઈ આવવા-મોકલવા માટે... રાજકુમારી જેવું જીવન, રાજાઓ જેવી જીવનશૈલી... અથાગ લોકપ્રિયતા... પણ આવકવેરા ચૂકવવામાં નિષ્ફળતાને પગલે ફ્લેટ્સ, જ્વેલરી એને બધેબધું જપ્ત... જે દિગ્દર્શક માટે જાત ઘસી નાખી—અનહદ પ્રેમ કર્યો એ સંકટના

સમયે કિનારો કરી ગયા... કામ મળતું બંધ થઈ ગયું. આવક બંધ, પણ કુકુ કાયમ હસતી ને હસતી... પ્રેમનાથ જેવા મિત્રો મદદ કરતા રહ્યા... ઝાકઝમાળથી અંધકારભરી એકલતાવાળી જિંદગી... વણનોતર્યું કેન્સર આવ્યું... 1981ની 30મી સપ્ટેમ્બરે 53 વર્ષની ઉંમરે કુકુએ આખરી શ્વાસ લીધા, ત્યારે સ્વાર્થી દુનિયામાં એને જરાય રસ રહ્યો નહોતો. હેલને ઓછા શબ્દોમાં સમાપન કર્યું, "તેમણે ક્યારેય ભવિષ્યનો કે સલામતીનો વિચાર ન કર્યો. તેઓ પોતાની સ્થિતિ પર હસતાં રહ્યાં..." એમના સ્વર્ગવાસ પર કંઈક વેધક લખ્યું, "લાશ ઉનકી માંગતી રહી કંધા, ઉમ્ર જિસકી બીતી રિશ્તે નિભાને મેં..." એકદમ રોશનીમાં કમનીય કાયા અને વીજળી જેવી સ્ફૂર્તિથી મસ્ત માદક નૃત્યથી અનેકના દિલ બહેલાવનારી કુકુએ આખરી દિવસો ગરીબીમાં કાઢ્યા, ને ચૂપચાપ ચિરવિદાય લીધી..."

અજય મહેતા વિચારમાં પડી ગયા. ઝળહળતી સફળતા, સમૃદ્ધિ-જાહોજલાલી, અન્ય પર વિશ્વાસ, એકલતા, કંગાલિયત અને દારુણ ગરીબીમાં મોત... ઘણું છે કુકુના જીવનમાં. પણ આ બધાને આ મર્ડર કેસ સાથે કોઈ સંબંધ ખરો? જો હોય તો શું હશે? અજય મહેતાને કંઈ જ સૂઝતું નહોતું. ત્યાં જ બહારથી કોયલનું 'કુહુ કુહુ' સંભળાયું. બારીમાં આવીને ઝાડ પર બેઠી કોયલને જોતા રહ્યા તેઓ. કંઈક તો જરૂર છે કનેક્શન! મનનો એક તરફી ચુકાદો સાંભળીને અજય મહેતા ફરી લેપટોપ સામે બેસી ગયા. સર્ચ એન્જિન પર તેમણે ઇંગ્લિશમાં મૂક્યું: કુકુ, ખુદ અજય મહેતાને આશ્ચર્ય થયું કે એવું તે વળી કોયલ વિશે શું નવું જાણવા મળવાનું હતું?

*

ભાટગાંવ પોલીસસ્ટેશનમાં સબ ઇન્સ્પેક્ટર પુરંદરેને એક માણસ મળવા આવ્યો. એની આંખમાં આંસુય હતાં, ને ક્રોધ પણ. તેણે એક ફોટો ટેબલ પર મૂક્યો, ને બોલ્યો, "આ મારો જિગરી દોસ્ત હતો. ભાઈથીય વિશેષ..."

પુરંદરેએ જોયું તો નંદકુમાર સારવનો ફોટો હતો, "તારું નામ?"

"કિરણ ભોસલે."

"ક્યાં રહેવાનું?"

"ખાચરેવાડી."

"અચ્છા, બોલ, નંદકુમાર સારવ વિશે તું શું જાણે છે?"

"સાહેબ, મારું જિગર હતો જિગર. થોડો હરામી ખરો, પણ ખોટું કામ ન કરે. એટલે તો ઘરવાળાના પેટ ભરવા બિચારો લોનાવાલામાં એકલો રહીને નોકરી કરતો હતો."

"એ સિવાય કંઈ ઉપયોગી માહિતી?"

"છેલ્લા થોડા મહિનાથી એને પૈસાની છૂટછાટ હતી. ખેતી માટે બાપાને બળદ અપાવ્યા. જૂનું દેવું ચૂકતે કર્યું. મારા માટેય શર્ટ ગિફ્ટ લાવ્યો હતો." પછી પોતાના શર્ટનો કૉલર પકડીને રડવા માંડ્યો, "આ જ શર્ટ છે એ."

પુરંદરેએ પાણીનો ગ્લાસ જમણા હાથથી થોડો આગળ ધકેલ્યો. પણ ગ્લાસ ઉપાડ્યા વગર કિરણ બોલવા માંડ્યો, "પણ સાહેબ, પૈસા હોવા છતાં એ ટેન્શનમાં રહેતો હતો."

"કેવું ટેન્શન?"

મેં પૂછ્યું તો શરૂઆતમાં વાતને ભળતા ટલ્લે ચલાવવા માંડ્યો. હું ગુસ્સે થયો તો માંડ બોલ્યો કે, "મોટા લોકોની વાતોમાં ક્યારેય ન અવાય."

"એટલે? શું થયું હતું?"

"સ્પષ્ટ કીધું નહીં. હમણાં છેલ્લે આવ્યો, તો એક જ દિવસમાંથી ખાચરેવાડીથી નીકળી ગયો. મેં પૂછ્યું તો કહે કે લોનાવાલા જાઉં છું. મારે પણ એ બાજુ જવાનું હતું, તો હું ખુશ થઈ ગયો. મેં કીધું કે ચાલો, બંને મારી બાઇક પર જઈએ, મજા આવશે."

"પછી ક્યારે નીકળ્યા?"

"અચાનક ફેરવી તોળ્યું એણે. કહે લોનાવાલા નહીં, કડાવ ગામ જવાનું છે. બહેનના સાસરે. મને થયું કે કંઈ પર્સનલ મેટર હશે એટલે મેં ઝાઝું પૂછ્યું નહીં."

"પણ આ મર્ડરના સમાચાર આવ્યા બાદ એની બહેન દોડી આવી ત્યારે ખબર પડી કે એ કડાવ ગયો જ નહોતો અને સાહેબ ભાટગાંવ જવાનું તો કોઈ કારણ નથી. ત્યાં કોઈ સગા કે દોસ્તો નથી."

"એનો અર્થ એ કે ખૂનીએ એને મળવા બોલાવ્યો હોય. જો એ મળવા ગયો તો ખૂનીને કદાચ ઓળખતો પણ હોય. બીજું કંઈ યાદ આવે છે?"

"હા સાહેબ, તેણે મને એક નંબર આપ્યો હતો. ક્યારેય મારો નંબર ન લાગે તો આ નંબર પર ફોન કરવો." આટલું બોલીને કિરણે ગજવામાંથી

ચૂંથાયેલી મેલીઘેલી નાની ડાયરી કાઢી. એમાંથી નંબર બોલીને પુરંદરેને લખાવ્યો. પુરંદરેએ નંબર ડાયલ કર્યો તો સ્વીચ ઑફ હોવાનો રેકોર્ડેડ મૅસેજ સંભળાયો.

*

રૂમની વચ્ચોવચ ખુરશી પર કિશોર સોની બેઠો હતો. એની આસપાસ સાત યુવાનો ઊભા હતા. કિશોર પૂછીપૂછીને થાકી ગયો, પણ કોઈ મોઢામાંથી બોલ્યું નહીં કે તેઓ છે કોણ? કિશોર કરગર્યો, પણ પોતે ક્યાં છે એ જાણવા ન મળ્યું. શા માટે પકડીને કેદ રખાયો છે, એ સવાલના પ્રતિસાદમાં માત્ર મૌન મળ્યું.

પોતે ધમાલ મચાવી અને ચીસાચીસ કરી, પણ કોઈએ પોતાના પર હાથ ઉપાડ્યો નથી. આંગળી સુધ્ધાં અડાડી નથી તો પછી વધુ હિંમત કરવામાં ગુમાવવાનું શું છે? હકીકતમાં કોઈ સાથે બાખડવાનું કે હીરોગીરી કરવાનું કિશોર સોનીને ન ફાવે. ક્યારેય એવો મોકો નહોતો મળ્યો કે મન પણ નહોતું થતું.

પરંતુ આમ ને આમ ક્યાં સુધી ગોંધાઈને રહેવું? શા માટે? બહાર રંજનદીદીની હત્યા થઈ ચૂકી છે ત્યારે આ બધું થોડું પોસાય? ઘરના વડીલ અને એકમાત્ર પુરુષ તરીકે પોતાની કંઈ ફરજ ખરી કે નહીં? 'ફરજ' શબ્દ સાથે જ તેને જાત પર હસવું આવ્યું ને શરમ પણ, પરંતુ આ બધી લાગણી ખંખેરીને કિશોર ઊભો થયો.

રૂમની અંદર ઊંઘતા બેઠેલા યુવાન સામે જોઈને તે તુચ્છકારના ભાવ સાથે બોલ્યો, "મને જવા દેવા માટે કેટલા રૂપિયા જોઈએ છે? મારી સાથે ચાલ, હમણાં ને હમણાં આપી દઉં."

રાબેતા મુજબ કિશોરને કોઈ જવાબ ન મળ્યો. એકદમ ચપળતા સાથે કૂદીને તે દરવાજા ભણી દોડ્યો. બધા જોઈ રહ્યા ને એને રોકવા પાછળ ભાગ્યા. કિશોર હાથ ઊંચો કરીને દરવાજાની સ્ટોપર ખોલે એ પહેલાં એક જણે એને પકડીને પાછો ખેંચ્યો. ત્યાં વધુ બીજા આવી ગયા. હવે સાતેસાત કિશોરને ખેંચવા માંડ્યા, પણ ન જાણે ક્યાંથી જોર આવી ગયું હોય એમ એ દરવાજાનું હેન્ડલ છોડતો જ નહોતો. કશ્મકશ વચ્ચે ક્યાંક હેન્ડલ તૂટી ન જાય.

એ જ સમયે બહારથી દરવાજા પર કોઈએ હાથ ઠપકાર્યા. સાત યુવાન

અને કિશોર એકદમ શાંત થઈ ગયા. બહારથી અવાજ આવ્યો, “ઓપન ધ ડોર. જલદી જલદી.” સાતેય યુવાનોને હાશકારો થયો. એક આંચકા સાથે કિશોરને પાછળ ખેંચીને એક યુવાને દરવાજો ખોલ્યો.

◆

***ફિલ્મ:** ‘અફસાના’ (1951), **ગાયક:** મૂકેશ, **ગીતકાર:** ભોપાલી, **સંગીતકાર:** હુશ્નલાલ ભગતરામ, **કલાકારો:** અશોક કુમાર, બીના, કુલદીપ કૌર, **દિગ્દર્શક:** બી. આર. ચોપરા

14

જૂઠ કા દીપક કભી ન જલે, સચ કી જ્યોત અમર રહે તેરે મન મેં ખોટ નહીં તો તુઝે કિસ કા ડર*

લોનાવાલા પોલીસસ્ટેશનમાં પોતાના ખુરશી-ટેબલ પાછળ આવેલી બારીમાં બહાર જોતી વખતે ઇન્સ્પેક્ટર સદાનંદ પાટિલ બંને હાથ ભેગા કરીને જોરથી ઘસતા હતા. એમને સમજાતું નથી કે રંજન મર્ડર કેસનો એકમાત્ર સંભવિત આરોપી કિશોર સોની એકદમ હવામાં ઓગળી કેવી રીતે ગયો? શું એ બેવડો-ગંજેરી એટલો બધો ચાલાક હશે? વાતો સાંભળી એના પરથી તો એવું લાગતું નથી. ખૂનીને ઝડપભેર પકડવા માટે પોતાને અડધી રકમ મળી ગઈ છે, જે નાનીસૂની નથી. પૂરા એક લાખ. પાંચસો-પાંચસો નોટના બે બંડલ. પૂરા એક લાખ. કહ્યું એટલા આપવાનું વચન. આ રકમ કોણે મોકલી હશે? કોઈ કિશોરનો દુશ્મન હોય કે કુકુનો હિતચિંતક. અને હા, કુકુએ પણ આડકતરી રીતે સારી એવી રકમની ઑફર કરી છે.

પાટિલને થતું હતું કે આ મર્ડર કેસ ફટાફટ સોલ્વ થઈ જાય તો મોટી રકમ મળે. સારી જગ્યાએ ટ્રાન્સફર પણ શક્ય થઈ જાય. પછી ખરેખર સદા આનંદ જ આનંદ, પણ કિશોર સોની નામનો ઉંદરડો કયા દરમાં છુપાઈ ગયો છે. પોલીસના સંપર્ક, જહેમત અને બે-ત્રણ ખબરીઓની દોડધામના પરિણામનો સરવાળો માત્ર શૂન્ય ને શૂન્ય જ રહે છે. બહુ વિચારતા એમની આંખ સામે આવ્યો એક ચહેરો: ડિટેક્ટિવ અજય મહેતા. અરે પણ એની ક્લાયન્ટ તો કુકુ સોની છે. પહેલેથી જ આ મહેતા એને ભેદી લાગ્યો. વધુ પડતી હોશિયારી છે એનામાં. એ કુકુને બચાવવાને બદલે કિશોર સાથે ભળીને મોટો દલ્લો ખાટી જવાની વેતરણમાં નહીં હોય ને? કદાચ કોઈ મોટો ખેલ પાડતો હોય તો જાણવા-સમજવાનો પ્રયાસ કરવામાં જાય છે શું?

અજય મહેતાનો મોબાઇલ નંબર હતો, પણ સામેથી ફોન કરવાનું ન ગમ્યું. એના બદલે તેણે કૅપ્ટન સૂરજ સહસ્રબદ્ધેનો ફોન જોડ્યો, "યાર, તમે તો મુંબઈના દોસ્ત આવ્યા તો અમને સાવ ભૂલી ગયા. આર્મીનો રમ પીવાનું બહુ મન છે. આવી જાઓ સાંજે બૉટલ લઈને."

સૂરજ સમજી ગયો કે વગર લાભે આ લાલો લોટે એવો નથી. "અરે સર, તમને ભૂલી જવાય કંઈ? લોનાવાલામાં રહેવું છે હોં. એક કામ કરો, બાટલી ફેરવવી એના કરતા તમે જ ઘરે આવી જાઓ. આર્મીના આલ્કોહૉલ સાથે આર્મીવાળાનું ફૂડ ખાઈ જુઓ. પ્રેમમાં ન પડી જાઓ તો કહેજો."

"ગુડ આઇડિયા, કૅપ્ટન સૂરજ. પણ મારે લીધે તમારા બૉમ્બેના ફ્રેન્ડને છેહ ન આપતા. એમનેય બોલાવી રાખજો. પ્રૉમિસ આપો છો ને?"

"ઠીક છે. મહેતાસાહેબ હશે જ. મળીએ રાતે નવ વાગ્યે."

*

કિશોર સોની ઘણો સ્વસ્થ લાગતો હતો. ચહેરા પર થોડીક ખુશીય હતી ને ફિકર પણ. પોતાના ભાગી છૂટવાના ધમપછાડા વખતે દરવાજા પર ટકોરા પડ્યા ને એક વિજેતાની અદાથી કૅપ્ટન સૂરજ સહસ્રબુદ્ધે અંદર આવ્યા હતા. કિશોરને જલદી અને પૂરું યાદ ન આવ્યું, પણ આ માણસને જોયાનું કે કદાચ મળ્યાનું આછુંપાતળું સાંભરતું હતું. "કૅપ્ટન સૂરજ સહસ્રબુદ્ધે" પોતાની ઓળખ બાદ સૂરજે સ્માઇલ સાથે હેન્ડશેક કર્યું, "ડોન્ટ વરી યંગમૅન. યુ આર સેફ."

"ખરેખર? આ નવું હોં."

"જુઓ કિશોર સોની. કાં હુમલાખોરને પકડીને કોઈ સલામત જીવતા રખાય કાં સંભવિત શિકારને સંતાડીને સલામત રખાય."

"એટલે કે મારા પર જોખમ છે એમને. કોણ મારે મને?"

"કદાચ રંજનને જેણે મારી નાખી એનો આગલો શિકાર તમે હો..."

"રિયલી? મને તો શંકા છે..."

"એ ઉપરાંત તમને પોલીસથી પણ બચાવવાના છે, સમજ્યા?"

"એક મિનિટ એક મિનિટ. મને ખૂનીથી બચાવવાનો છે કે પોલીસથી?"

"પોલીસથી પણ, કારણ કે અત્યાર સુધીના પુરાવા કહો કે સાંયોગિક પુરાવા. એ મુજબ માત્ર તમે એક જ શંકમંદ ખૂની છો, સમજ્યા?"

"મને તો કંઈ સમજાતું નથી."

"થોડો સમય આપો. તમને બચાવવાના છે અને કુકુને પણ."

"બધું બહુ વિચિત્ર લાગે છે મને."

"બાય ધ વે, કૅપ્ટન સૂરજ. તમને એવું શું કામ લાગે છે કે હું વિક્ટિમ છું અને ખૂની નથી?"

આ સવાલથી સૂરજને આંચકો લાગ્યો. તેણે કિશોર સોનીના ખભા પર હાથ મૂકીને સધિયારો આપ્યો, "વિક્ટિમ હશો તો બચી જશો અને ખૂની હશો તો કોઈ બચાવી નહીં શકે.

"આટલો બધો વિશ્વાસ?"

"હું તો આર્મીવાળો છું. સીધો હુમલો ગમે. ફટાફટ રિઝલ્ટ, પણ આમાં કોઈક દાવપેચ ખેલી રહ્યું છે. એ ડિપાર્ટમેન્ટ બીજા કોઈનો છે. અને હું ગૅરન્ટી આપું કે ગમેતેવા દાવપેચના ચક્રવ્યૂહના કોઠામાંથી બહાર આવવાની મારા દોસ્તમાં તાકાત છે."

"ગ્રેટ, રિઅલી ગ્રેટ. લેટ્સ સી, પણ એક વૉર્નિંગ આપી દઉં. હું લાંબો સમય કેદમાં રહેવા નથી માગતો. બે દિવસ એટલે કે 48 કલાક બાદ હું અહીં હોઈશ તો કંઈ પણ કરી બેસીશ. ઈઝ ધેટ ક્લિયર કૅપ્ટન?"

*

કુકુ ક્યારનીય શાંતિથી ભાગવદ્ ગીતા વાંચી રહી હતી. સંસ્કૃતના શ્લોક ઓછા સમજાય એટલે એ અર્થ સાથે વાંચન કરતી હતી.

યં યં સ્મરન્ ભાવં ત્યજત્યન્તે ક્લેવરમ્।
તં તમેવૈતિ કૌન્તેય સદા તદ્‌ભાવ ભાવિતઃ॥

પોતાના સ્થૂળ શરીરને છોડતી વખતે માનવી જે ભાવનું સ્મરણ કરે છે તે આગામી જન્મમાં તે તે ભાવને અચૂકપણે પ્રાપ્ત કરે છે.

આટલું વાંચીને કુકુએ રંજનના ફોટા સામે જોયું. "દીદી, આવતે જન્મેય ચોક્કસ મળજો. તમારા જેવી બહેન મોટો સધિયારો છે હોં."

કુકુએ પાનાં ફેરવ્યાં ને એક શ્લોક પર આંખ મંડાઈ -

તસ્માત્ સર્વેષુ કાલેષુ મામઅનુસ્મર યુદ્ધ ચ।
મય્યર્પિત મનોબુદ્ધિર મામેવૈષ્યસંશયઃ॥

અર્થાત્ હે અર્જુન, તું મારા કૃષ્ણ સ્વરૂપનું કાયમ ચિંતન કર અને સાથોસાથ યુદ્ધ કરવાનું તારું નિયત કર્તવ્ય પણ કર. પોતાનાં કર્મોને મને સમર્પિત કરીને, તારા મન અને બુદ્ધિ મારામાં સ્થિર કરીને તું અવશ્ય મને પ્રાપ્ત કરીશ.

કુકુ વિચારે ચડી ગઈ, "પ્રાપ્ત, પ્રાપ્તિ... જે થાય એ નિયતિ છે. નથી કોઈ કંઈ કરતું કે નથી કોઈ કંઈ કરાવતું."

તેણે ભાગવદ્ ગીતા આંખો પર લગાડીને રંજનના ફોટા સામે મૂકી. ત્યાં ટમટમતા દીવામાં શુદ્ધ ઘીની બે ચમચી રેડી. ઊભા થઈને પાછા વળતાં જ તેની નજર ડિટેક્ટિવ અજય મહેતા પર પડી.

"અરે, આપ ક્યારના ઊભા છો? હું મનને શાંત કરવા માટે..."

અજય મહેતાએ રંજનના ફોટા સામે માથું નમાવ્યું ને બે પળ આંખ બંધ કરી. કુકુ સામે જોઈને તેઓ બોલ્યા, "મને ગીતાનો એક શ્લોક વધુ ગમે છે."

ગીતાધ્યયન શીલસ્ય પ્રાણાયમ પરસ્ય ચ।
નૈવ સન્તિ હિ પાપાનિ પૂર્વ જન્મ કૃતાનિ ચ॥

એનો અર્થ મને ખૂબ રસપ્રદ, અર્થપૂર્ણ, ઉપયોગી અને વ્યવહારુ લાગ્યો. કોઈ માનવી સંપૂર્ણ નિષ્ઠાથી અને પૂરેપૂરી ગંભીરતાથી ભાગવદ્ ગીતાનો અભ્યાસ કરે તો તેણે અગાઉ કરેલાં કુકર્મોનાં ફળ ઈશ્વરકૃપાથી ભોગવવાં નહીં પડે.

કંઈ બોલવાને બદલે કુકુએ માત્ર હળવું સ્મિત ફરકાવ્યું. બંને બહારની રૂમમાં આવીને બેઠા. કુકુએ વિવેક કર્યો, "કંઈ લેશો આપ? ચા-કૉફી કે શરબત?"

"એક તો નોકર નથી ને એવા સંજોગ નથી. રહેવા દો. થોડી વાત કરીએ."

"જી, પૂછો. આપ મારા હિતચિંતક છો. હું આપની ક્લાયન્ટ છું."

"હું તો સત્યનો ક્લાયન્ટ છું. ન્યાયનો હિતચિંતક છું. મને તમારા ભાઈ કિશોર સોની વિશે જાણવું છે."

"આપ પૂછો એ બધા સવાલોના જવાબ આપીશ."

"તેણે દારૂ પીવાનું કેમ શરૂ કર્યું? અને ક્યારે?"

"કેમનો જવાબ કેવી રીતે અપાય? મોટે ભાગે સોબતની અસર હશે.

ક્યારે માટે તો એમ કહી શકું કે અમને પાંચેક વરસ અગાઉ ખબર પડી એ અગાઉ ક્યારે શરૂ કર્યું હશે એ ખબર કેવી રીતે પડે?"

"અને ચરસ-ગાંજાની આદત વિશે કંઈ કહેશો?"

"મને તો એમાં સમજ ક્યાંથી પડે? એમના મોઢામાંથી અલગ અલગ વાસ આવે. એવું લાગે કે જુદા જુદા દારૂ ઢીંચ્યા હશે."

"કિશોર સોની લગભગ 28 વર્ષના થયા છતાં લગ્ન કેમ નથી કર્યાં?"

"ફ્રેન્કલી, નો આઇડિયા. તેમને આ બધું પૂછવા માટે હું ઘણી નાની ગણાઉં. હા, રંજનદીદી અને ભાઈ વચ્ચે કાયમ પહેલે આપ-પહેલે આપ ચાલતું હતું."

"બીજું કંઈ આપને લાગે છે જણાવવા જેવું?"

"ખરેખર કંઈ યાદ આવતું નથી, પણ આ આદતોને લીધે એમની પૈસાની જરૂરિયાત વધતી જતી હતી. આ ઉપરાંત ગમે ત્યારે ભળતાસળતા માણસો સાથે દેખાતા હતા. જે અમારા જેવા ખાનદાન પરિવાર માટે શોભાસ્પદ નહોતું."

"તમને રંજનદીદીના મર્ડર માટે કોના પર શક છે?"

"કોના પર શક કરવો? મને પ્રોપર્ટી માટે ધમકીભર્યા ફોન આવતા હતા. અમારી હેરાનગતિ થતી હતી. હજી ફફડાટ રહે જ છે. જેવી ઈશ્વર ઇચ્છા. પોલીસને કે તમને કંઈ સગડ કે કડી મળ્યાં?"

"પોલીસની ખબર નથી, પણ હું મારી જવાબદારી સમજું છું અને ફરજ પણ."

"મને વિશ્વાસ છે કે તમે નારાજ નહીં કરો."

"મારે સૌથી વધુ ધ્યાન એ રાખવાનું છે કે ક્યાંક હું મારી જાતને નારાજ ન કરી બેસું. મારા માટે ક્લાયન્ટ કે એની ફી કરતાં સત્ય વધુ મહત્ત્વનું છે. એના સુધી પહોંચાશે, આજે નહીં તો કાલે."

ડિટેક્ટિવ અજય મહેતા ઊભા થઈને ચાલવા માંડ્યા. કુકુ વિચારમાં પડી ગઈ. એના સાયલન્ટ મોડ પર રખાયેલા ફોન પર ક્યારની ઘંટી વાગતી હતી. એણે મોબાઇલ ફોન ઉપાડીને જોયું તો ત્યાં જ અજય મહેતા દરવાજામાં પાછા વળીને ઊભા રહી ગયા.

"તમારા કિશોરભાઈને ક્યારેય કોઈની સાથે પ્રેમ થયો હતો ખરો?"

ઓચિંતો બાઉન્સર ફેંક્યો હોય એવી કુકુની હાલત થઈ ગઈ, "પ્રેમ?

અને કિશોરભાઈ? મને તો આઇડિયા નથી, પણ સર, ભૂતકાળને છોડીને વર્તમાન પર ધ્યાન આપીએ તો બહેતર નથી?"

"ક્યારેક સત્ય સુધી પહોંચવાનો માર્ગ અટપટો હોય છે. ભૂતકાળમાં જ તો વર્તમાનના પાયા રચાયા હોય. ભૂંડા ભવિષ્યને અટકાવવા માટે અતીતના કૂવા ઉલેચવા પડતા હોય છે. જલદી સત્ય સાથે મુલાકાત કરાવીશ મારા આ સ્વીટ ક્લાયન્ટની. બાય."

◆

****ફિલ્મ:*** 'ગેસ્ટહાઉસ' (1959), ***ગાયક:*** મોહમ્મદ રફી, ***ગીતકાર:*** પ્રેમધવન, ***સંગીતકાર:*** ચિત્રગુપ્ત, ***કલાકારો:*** અજિત, શકીલા, પ્રાણ, ***દિગ્દર્શક:*** રવીન્દ્ર દવે, જેમણે આગળ જતાં ગુજરાતી સિનેમામાં ઇતિહાસ રચ્યો.

15

પી આયે આકર ચલ ભી દિયે
હમ કહતે રહ ગયે હમ કહતે રહ ગયે*

કૅપ્ટન સહસ્રબુદ્ધે રમ એકદમ નીટ પીતા હતા. ઇન્સ્પેક્ટર પાટિલ એમાં થમ્સઅપ મિક્સ કરતા હતા છતાં તેમના મોઢામાં કડવાશ હતી. પાટિલને ડિટેક્ટિવ અજય મહેતાની હાજરી જોઈતી પણ હતી અને ખૂંચતીય હતી. અજય એકદમ લહેજત સાથે ઑન ધ રૉક સ્કૉચની ચુસકી લઈ રહ્યા હતા, કહો કે મજાથી માણી રહ્યા હતા. પાટિલનું ચાલે તો અજયને કાઢી મૂકે, પણ અહીં એ યજમાન નહીં, મહેમાન હતો. પોલીસની વર્દીની અંદર શંકા સળવળી કે આ ડિટેક્ટિવને હાજર રાખવાનો આગ્રહ કરીને પોતે ભૂલ તો નથી કરી ને?

સદાનંદ વાત કૅપ્ટન સૂરજ સામે જોઈને કરતા હતા, પણ હકીકતમાં તો અજયને સંભળાવવા માગતા હતા, “જુઓને કૅપ્ટન, આ શાંત હિલ સ્ટેશનની હાલત રોજબરોજ કેવી કથળતી જાય છે. ભીડ, ટ્રાફિક જામ અને પ્રદૂષણ તો ઠીક હતાં, પણ હવે તો અહીંના કાયદો અને વ્યવસ્થામાંય હસ્તક્ષેપ થાય છે. સ્થાનિક પ્રજાના ભોળપણનો દુરુપયોગ થાય છે.”

સદાનંદ પાટિલની વાત ન જામી હોય એમ કૅપ્ટને બે આઇસ ક્યૂબ રમમાં નાખ્યા. ગ્લાસમાં ક્યૂબને હલાવતા તેઓ બોલ્યા, “આ કાયદો અને વ્યવસ્થાની વાતમાં મને રસ પડ્યો. શું કહેવા માગો છો?”

“અરે, આ રંજન સોનીનો મર્ડર કેસ જોઈ લો. જ્યાંથી લાશ મળી અને ગોળી છોડાઈ એ જંગલમાંથી એક શર્ટનો ટુકડો મળ્યો. બૂટનાં નિશાન મળ્યાં. અસલ એવું જ ફાટેલું શર્ટ અને કાદવના ડાઘવાળા બૂટ અમે કિશોર સોનીને ઘરેથી જપ્ત કર્યાં. પણ એ દારૂડિયો એકદમ ગાયબ.”

આટલું બોલીને સદાનંદ લગભગ પોણો ગ્લાસ રમ એકદમ શેરડીના રસની જેમ ગટગટાવી ગયા. ગુસ્સામાં હોય એમ ખાલી ગ્લાસ થોડા અવાજ સાથે ટેબલ પર પટક્યો.

સદાનંદે ત્રાંસી નજરે અજય સામે જોયું ને અજયે ગ્લાસ થોડો ઊંચો કરીને હસીને ધીમેથી 'ચિયર્સ' કર્યું. આ ન ગમ્યું હોય એમ મોઢું બગાડીને રમની બાટલી ઊંચકીને સદાનંદે અડધો પૅગ ભર્યો, એમાં થમ્સઅપ ઉમેરી. એ ગ્લાસ ઉપાડીને હોઠ સુધી લઈ જાય એ અગાઉ અજય મહેતાએ ટકોર કરી, "પાટિલ સાહેબ, મદિરાને માણો. આ તો એવું લાગે છે કે જાણે દારૂ તમને માણી રહ્યો છે."

સદાનંદને ન ગમી વાત, પણ જવાબ તો આપવો પડેને! "મને ચકલીની જેમ છબછબિયાં ન ફાવે. જે કરવું એ દમદાર કરવું. જીવવું તો મર્દની જેમ ને પીવું તો ય મર્દની જેમ. અને આમેય અમારા પોલીસના ટૅન્શન તમને ન સમજાય."

કૅપ્ટન સૂરજે રોકવાનો પ્રયાસ કર્યો, પણ સદાનંદ બોલ્યા, "માથે કોઈ ટૅન્શન છે તમારે? ક્લાયન્ટનો ચેક લઈને નિરાંતે બેસી જાઓ. કામ ન થાય તો ક્યાં પૈસા પાછા આપવાના છે. અમારે ઉપર જવાબ આપવાના હોય, છોગામાં મીડિયાની ચાંપતી નજર હોય."

"છતાંય કેટલાક પોલીસવાળા રોકડા રાખી લે છે ને?"

"રોકડા... એટલે એટલે તમે કહેવા શું માગો છો?"

"હું બોલ્યો કેટલાક... ને કોઈ દબાણ ન હોવા છતાં મારો ટ્રૅક રેકોર્ડ જુઓ. એકસો ટકા સફળતા... રહી વાત પોલીસના ટૅન્શનની, એ વાત ક્યારેક નિરાંતે કરીશ."

વાત વકરી ન જાય એ ડરે કૅપ્ટન સૂરજે ટાપસી પુરાવી, "માહોલ ગંભીર બની ન જાય એનું ધ્યાન રાખજો. ઇટ્સ પાર્ટી ટાઇમ. જસ્ટ એન્જોય."

સદાનંદ ખડખડાટ હસી પડ્યા, "ના રે, મેજર હું જરાય સિરિયસ નથી. માત્ર ચર્ચા થઈ રહી છે. બરાબરને મિસ્ટર ડિટેક્ટિવ?"

"યસ શ્રીમાન ઇન્સ્પેક્ટર."

"ડિટેક્ટિવ અજય મહેતા. તમે જ કહો કે તમારી ક્લાયન્ટ કુકુ માટે જોખમી એવા કિશોર સોનીને શોધવા તમે કંઈ કર્યું?"

"ખરેખર કિશોર મારી ક્લાયન્ટ માટે જોખમી છે? થૅન્કસ ફૉર ધ

ઇન્ફૉર્મેશન. મેં શું કર્યું એ કહું તો...” અજયે પૉઝ લીધો. કેપ્ટન સૂરજે આંખથી ઇશારો કર્યો કે કંઈ બોલતા નહીં.

પણ અજયે વાત આગળ વધાવી, “...જો હું કહું તો તમે પણ કહેશો કે કિશોર સોનીને શોધવા પોલીસે શું કર્યું?”

સદાનંદ હસી પડ્યો. કેપ્ટન સૂરજ સામે જોઈને બોલ્યો, “તમારો દોસ્ત સ્માર્ટ છે હો, બહુ સ્માર્ટ.”

“યાર, તમે બંને પીવા પર ધ્યાન આપો. બિરિયાની તૈયાર થવામાં જ છે. આ બધી ચર્ચા પોલીસસ્ટેશનમાં કરો તો?” કેપ્ટન સૂરજે રસોડા ભણી ડગલાં ભરતાં કહ્યું.

અજય મહેતાએ તાળી પાડી, “વેરી ગુડ સજેશન. પોલીસસ્ટેશનમાં મળીશું. બરાબર ને પાટિલ સાહેબ અને એક વાત યાદ રાખજો. તમે મને ‘થેન્ક્યુ’ કહેવાના એ નક્કી.”

“એ વળી શેના માનમાં? આ તો માન ન માન મૈં તેરા મહેમાન જેવું થયું હોં.”

“બસ, આપણે પોલીસસ્ટેશનમાં મળીએ એની રાહ જુઓ. જલદી, એકદમ જલદી.”

*

રાત્રે 11.30 વાગ્યે ડિટેક્ટિવ અજય મહેતા અને કાળીદાસ ગપ્પા મારતા હતા. ફ્રેન્કલી, અજય મહેતાને કેપ્ટન સૂરજને ઘરે બિરયાનીમાં બહુ મજા આવી નહોતી. એટલે કાળીદાસે ફટાફટ કાંદા-પૌંઆ બનાવ્યા. ગરમાગરમ કાંદા-પૌંઆની અડધી ડિશ પતી હશે ત્યાં અજય મહેતાના ફોનની રિંગ વાગી. કુકુ ફોન કરી રહી હતી. ફોન રિસિવ કરવા સાથે કુકુએ ચીસ પાડી, “એ એ મને મારી નાખશે... પ્લીઝ ગેટ ખોલો?”

“કોણ મારી નાખશે? તમે ક્યાં છો?”

“તમારા બંગલોના દરવાજાની બહાર.”

અજય દોડ્યો, પાછળ કાળીદાસ. અજયે દરવાજો ખોલ્યો તો સામે પરસેવેથી રેબઝેબ, ગભરાયેલી કુકુ ઊભી હતી. અજય ગેટ ખોલવા પહોંચે એ અગાઉ કુકુ પર ગોળી છૂટી પણ એ નિશાન ચૂકી ગઈ. કાળીદાસે આગળ દોડીને ગેટ ખોલ્યો. કુકુ અંદર આવીને અજય મહેતાને વળગી પડી. અજય અને કાળીદાસે જોયું તો દૂર લાઇટના થાંભલા નીચે કોઈ સ્કૂટર

પર ઊભું હતું. અજવાળામાં સ્પષ્ટ થતું હતું કે તેણે જીન્સ અને ચેકસવાળું શર્ટ પહેર્યું હતું. આંખ પર ગોગલ્સ અને મોઢા પર રૂમાલ બાંધ્યો હતો.

અજય મહેતા એની તરફ દોડ્યા તો તેણે સ્કૂટર મારી મૂક્યું. અંદર રૂમમાં કુકુ રીતસર હીબકાં ભરતી હતી. અજય મહેતાએ ઇશારો કરતા કાળીદાસે પાણીનો ગ્લાસ લાવીને કુકુ સામે ટેબલ પર મૂક્યો.

"કુકુ, પ્લીઝ, પાણી પીને શાંત થાવ." કુકુએ પરાણે ગ્લાસ ઉપાડ્યો અને એક ઘૂંટડો પાણી પીને ગ્લાસ નીચે મૂકી દીધો. એ હજી હાંફી રહી હતી. કુકુએ હાથ જોડ્યા, "પ્લીઝ, મને બચાવી લો. મેં પહેલા કીધું હતું અને ફરી દોહરાવું છું કે મને પ્રોપર્ટીમાં કોઈ રસ નથી. ભલે, એ આપી દેવી પડે. પપ્પાની અંતિમ ઇચ્છા મુજબ મારે ખૂબ ભણવું છે. કંઈક બનવું છે."

"સારી ભાવના છે આપની. પહેલા તો અત્યારે થયું શું એ મને કહેશો?"

ટ્રૅકિંગ શૂટમાં કુકુ હજી હાંફતી હતી. તેણે શરૂઆત કરી, "રંજનદીદીના ગયા પછી કંઈ ખાવાનું મન થતું નથી છતાં સાંજે થોડી ખીચડી અને શાક બનાવીને ખાધાં. મને લાગે છે કે ત્રણ-ચાર ટંક બાદ જમી એટલે અસ્વસ્થતા લાગતી હતી. ઘરમાં કંઈ ગમતું નહોતું. એટલે હું ટહેલવા માટે નીકળી."

"એમ રાતે વૉક પર નીકળાય? એ પણ પાછા એકલા? ને માથે જોખમ ઝળુંબતું હોય ત્યારે?"

"પણ શું કરું હું? હવે ઘર પણ ખાવા દોડે છે. એકલતા કોરી ખાય છે. એટલે નાછૂટકે બહાર નીકળી. ઘરથી થોડે પહોંચી ત્યાં પાછળ કોઈ આવતું હોય એવો ભાસ થયો. મેં જોયું તો દૂરથી કોઈ મારી પાછળ આવતું હતું. મેં ચાલવાની ઝડપ વધારી, રીતસર દોડવા માંડી. મુઠ્ઠી વાળીને, ઊંધું ઘાલીને દોડવા માંડી... મને ખબરેય ન પડી કે ક્યારે હું તમારા બંગલો તરફ આવી.

"રસ્તામાં કંઈ થયું તમારી સાથે? કોઈ હુમલો?"

"ફ્રેન્કલી, હું ઘાંઘી થઈ ગઈ હતી, પણ કદાચ એકાદ ગોળી છોડાઈ હતી."

"કઈ જગ્યાએ?"

"એ તો યાદ નથી. હું જીવ બચાવવા એકદમ રઘવાયી થઈ ગઈ હતી એટલે..."

"ઓકે ઓકે, આઇ અન્ડરસ્ટેન્ડ. બંગલોના ગેટ પાસે સ્કૂટર પર ઊભેલા બદમાશે ગોળી છોડી. એ જ પીછો કરતો હતો ને?"

"હા, એ જ."

"ફરી એ જ જીન્સ અને ચેક્સવાળું શર્ટ."

"આપણે ઇન્સ્પેક્ટર સદાનંદ પાટિલને ફોન કરી દઈએ?"

"પણ એ તો ભાગી ગયો હશે ને?"

"છતાં તેઓ બધાને સાબદા કરી દે તો કદાચ પકડાઈ જાય. આછુંપાતળું વર્ણન તો છે આપણી પાસે."

"સારો આઇડિયા છે, કરો ફોન."

કુકુએ ઇન્સ્પેક્ટર સદાનંદ પાટિલને વિગતવાર વાત કરી. પછી 'થેન્ક્યુ થેન્ક્યુ' કરીને ફોન મૂકી દીધો, "તેમણે ખાતરી આપી છે કે આ વર્ણન અને કિશોરભાઈનો ફોટો આખા મહારાષ્ટ્રના પોલીસોને મોકલી દેશે કે જેથી હુમલાખોરને જલદી પકડી શકાય, પણ કિશોરભાઈ આવું કરે ખરા?"

"હવે બધું પોલીસ પર છોડી દો તમે."

"બીજી એક વાત ઇન્સ્પેક્ટરે કરી, પણ એ બોલતા મારી જીભ ઊપડતી નથી."

"શું કીધું પાટિલે?"

"એ જ કે આજની રાત ડિટેક્ટિવને ઘરે જ રહી જાઓ. ઘરે એકલા રહેવાનું જોખમ ન લેવાય, પણ મને સંકોચ..."

"એમાં સંકોચ કેવો?"

"માનવતાના ધોરણે મારી ફરજ છે ને ક્લાયન્ટ તરીકે તમારો હક છે. પ્લીઝ, રોકાઈ જાઓ. કાળીદાસ દસ મિનિટમાં બેડરૂમ વ્યવસ્થિત કરી આપશે."

અજય મહેતાએ નજીક જઈને કાળીદાસને કંઈક સૂચના આપી. કાળીદાસ થોડીવારમાં દૂધનો ગ્લાસ લઈને આવ્યો. અજય મહેતાએ કુકુ સામે પ્રેમથી જોઈને કહ્યું, "હૂંફાળું દૂધ છે. પી લો. સારી ઊંઘ આવશે. ગુડ નાઇટ." કુકુ પાછળ કાળીદાસ દૂધનો ગ્લાસ લઈને ગયો.

કાળીદાસ બહાર આવ્યો એટલે અજય મહેતા બોલ્યા, "આપણા બેમાંથી એકે બહાર રહેવું પડશે. ખાસ તો કુકુના રૂમની બારી પાસે કે જેથી કોઈને કંઈ કરવાનો મોકો ન મળે."

"હું બહાર જાઉં છું. તમે આરામ કરો." એટલું કહીને કાળીદાસ ચાલવા માંડ્યો. એના પગમાં જોર આવી ગયું. ફરી કંઈક પોલીસવાળું કામ કરવા મળ્યું. અજય મહેતાએ એને રોક્યો. પોતાની રિવૉલ્વર હાથમાં મૂકીને કહ્યું, "જરૂર પડે તો ચલાવવામાં અચકાતા નહીં." કાળીદાસના શરીરમાં નવી સ્ફૂર્તિ-વિશ્વાસનો સંચાર થયો.

કાળીદાસ ગયો એટલે અજય મહેતા ત્યાં જ સોફા પર બેઠા. કુકુના બેડરૂમની લાઇટ હજી ચાલુ હતી. અજય મહેતાએ ખૂબ વિચાર્યું પછી કબાટ ખોલીને એક નાનકડું મશીન કાઢ્યું. એની બે-ત્રણ સ્વિચ ઑન કરી, કાનમાં ઇયરફોન ભરાવ્યા. થોડીવારમાં જ એમની આંખમાં ચમક આવી ગઈ ને ચહેરા પર સ્મિત.

◆

****ફિલ્મ:*** 'બાઝાર' (1949), ***ગાયિકા:*** શમશાદ બેગમ, ***ગીતકાર:*** કમર જલાલાબાદી, ***સંગીતકાર:*** શ્યામ સુંદર, ***કલાકારો:*** શ્યામ, નિગાર સુલતાન, યાકૂબ, ***દિગ્દર્શક:*** કે. અમરનાથ

16

ઓ બેદર્દી આ મિલ જલદી મિલને કે દિન કે તેરે બિન અબ રહા ન જાયે*

મોડે મોડે, લગભગ સવારે ચાર વાગ્યે માંડ માંડ ઊંઘી શકેલા ડિટેક્ટિવ અજય મહેતા લીંબુવાળી બ્લૅક ટીની ચુસકી લઈ રહ્યા હતા, પણ મનમાં એક જ નામ ગુંજતું હતું, રોની, રોની, રોની.

લગભગ સવારે સાડા નવ વાગ્યે, કુકુ બેડરૂમમાંથી બહાર આવી. એના ચહેરા પર સ્વસ્થતા હતી, પ્રમાણમાં ખૂબ જ વધુ. લાગે જ નહીં કે રાતે એના પર જીવલેણ હુમલો થયો હશે. અજય મહેતાને એની સ્વસ્થતા પર માન ઊપજ્યું. એની સામે જોઈને અજયે સ્મિત આપ્યું, “શાંતિથી ઊંઘ આવી ખરી?”

“હા, દૂધ પીને તરત જ ઊંઘી ગઈ... બે-ત્રણ વાર ઝબકીને જાગી ગઈ, પણ પડી રહી એમ ને એમ. ખબર ન પડી કે પાછા ક્યારે આંખ મીંચાઈ ગઈ.”

ખુશ થયા હોય એમ અજય મહેતા હસ્યા. કુકુના બેડરૂમમાંથી સાફસફાઈ કરીને કાળીદાસ બહાર આવ્યો ત્યારે તેણે અજય મહેતા સામે જોઈને મલકાટ કર્યો. જમણા હાથનો અંગૂઠો અને તર્જની જોડીને ‘શાબાશ’નો ઇશારો કર્યો. એના હાથમાં કુકુના રૂમમાંથી લાવેલો દૂધનો ગ્લાસ હતો. જેના પર સાફસફાઈ કરવાનું લૂગડું હતું.

કાળીદાસ અંદર ગયો એ જ વખતે અજય મહેતા પોતાની આંગળીઓ પર અકળામણ કાઢતા હતા. પહેલા તર્જનીના ટચાકા ફોડ્યા પછી મધ્યમાં, અનામિકા અને છેલ્લે કનિષ્ઠિકાના.

ફરી આ કવાયત શરૂ કરે ત્યાં જ એસ.એમ.એસ.ના નોટિફિકેશનનો હળવો અવાજ સંભળાયો. રોનીનો મૅસેજ હતો. એક ગામનું લોકેશન મોકલ્યું હતું. નીચે લખ્યું હતું ઢાલેવાડી, 33.2 કિલોમીટર લોનાવાલાથી, વ્યક્તિનું નામ...

ડિટેક્ટિવ અજય મહેતાએ તરત કૅપ્ટન સૂરજ સહસ્રબુદ્ધેને મૅસેજ કર્યો, "ઇમરજન્સી. ઢાલેવાડી જવાનું છે. ફ્રી છો?"

તરત જવાબ મળ્યો, "દોસ્ત માટે કાયમ ફ્રી. 20-25 મિનિટમાં જીપ લઈને પહોંચું છું."

બૂટ-મોજાં પહેરવાની શરૂઆત કરવા સાથે અજય મહેતાએ કુકુને કહ્યું, "ઇચ્છો તો અહીં આરામ કરી શકો છો. કંઈ પણ જરૂર હોય તો કાળુભા હાજર છે."

"તમે ક્યાંય જવાના છો?"

"હા, એક ફ્રેન્ડને મળવાનું છે. જલદી આવી જઈશ. કંઈ પણ હોય તો ફોન કરજો."

"ચોક્કસ. હું પણ નીકળીશ હવે. મૂડ હશે તો કેસનો પ્રોગ્રેસ જાણવા પોલીસસ્ટેશન જઈશ. પછી ઘરે પહોંચી જઈશ. થૅન્ક્યુ વેરી મચ ઍન્ડ સૉરી ફૉર ઑલ ધ ટ્રબલ."

"નોટ એટ ઑલ. રાતે મેં કારણ આપ્યા-માનવતા અને ક્લાયન્ટનો સંબંધ. તમારી ગભરાટમાં એક કારણ ભુલાઈ ગયું. સ્ત્રી દાક્ષિણ્ય. યુ અપ ઑલ્વેઝ વેલકમ!"

"છતાં ખૂબ આભાર. મને લાગે છે કે હું ઘરે જઈને ફ્રેશ થાઉં. મન તો થાય છે કે મુંબઈ જતી રહું."

"શક્ય હોય તો એક-બે દિવસ આપો. હું ગૅરન્ટી આપું છું કે પછી તમને કોઈ હેરાન નહીં કરી શકે."

"લાગે છે કે તમને ખૂનીનાં કંઈક સગડ મળી ગયાં છે. ઇઝ ઇટ?"

"હજી બધું અધ્ધર છે. મને થોડો સમય આપો."

"એ ચેક્સવાળાનાં કાળાં કરતૂત પર મોટી ચોકડી લગાવ્યા વગર જંપવાનો નથી હું."

*

લોનાવાલા પોલીસસ્ટેશનમાં ઇન્સ્પેક્ટર સદાનંદ પાટિલ સામે બેઠેલી

કુકુ પાસે બણગા મારતા થાકતા નહોતા કે પોતે કિશોર સોનીને પકડવા માટે કેટલા જોરદાર પ્રયાસો કર્યા છે, "મહારાષ્ટ્રના એક-એક પોલીસસ્ટેશન જ નહીં, એક-એક પોલીસવાળા પાસે કિશોર સોનીનો ફોટો પહોંચી ગયો છે. ખબરીઓ પણ આકાશપાતાળ એક કરી રહ્યા છે... અરે હા, તમારા મોટી મોટી ફી વાળા ડિટેક્ટિવે કંઈ રિઝલ્ટ આપ્યું?"

"એનું એ જ રિઝલ્ટ... વાતોનાં ગરમાગરમ વડાં... આજેય કહેતા હતા કે ચેક્સવાળાને જલદી પકડી લઈશ. વાત ગુનેગારને પકડવાની કરે અને મળવા ગયા કોઈ દોસ્તને."

"દોસ્તોનું બહુ લાગે છે ડિટેક્ટિવ સાહેબને હો... કાલે રાતેય કૅપ્ટન સૂરજ સાથે સ્કૉચ અને વ્હીસ્કીની પાર્ટી જમાવી હોવાની ઇન્ફૉર્મેશન મળી મને."

"વાઉ... આપનું નેટવર્ક જબરું છે હો. મારા ડિટેક્ટિવ પર પણ નજર રાખો છો."

"ફ્રેન્કલી, હું તો ડિટેક્ટિવને પોલીસની ક્ષમતા પર શંકા માનું છું. મને ખાતરી છે કે ગમે ત્યારે કિશોર સોની પોલીસના પંજામાં જ સપડાઈ જશે."

"ખરાબ ન લગાડશો ઇન્સ્પેક્ટરસાહેબ. ત્યારે આપને ઇનામ આપીશ. આપની ઇચ્છા મુજબનું."

"શું બોલ્યાં, આપ?"

"અરે, લાંચની ઑફર નથી. આ તો ખુશાલી અને આભાર વ્યક્ત કરવાની રીત છે મારી. પોલીસ નાગરિકો માટે જોખમી ફરજ બજાવે તો અમેય યથાશક્તિ કરીએ એમાં ખોટું શું છે? ખૂનીને પકડી લીધાની અને આપની ઇનામની ઇચ્છાની માહિતી એક જ ફોન પર આપી દેજો."

આટલું બોલીને કુકુ ઊભી થઈ ને ઇન્સ્પેક્ટર સદાનંદ પાટિલ મોઢામાં લાળ ટપકાવતા વિચારવા માંડ્યા કે એવું તે શું માંગવું કે ખરાબ પણ ન લાગે અને ઓછું માગ્યાનું દુઃખ પણ ન થાય.

*

એ સમયે અજય અને સૂરજની જીપ લોનાવાલાની સાઠે વસતિથી જમણે વળીને નેશનલ હાઈવે નં. 48માં પ્રવેશી. શિવાજી ચોકથી મેઇન બજાર રોડ થઈને જમણે વળી શ્રી ગણપતિ અને લક્ષ્મીનારાયણ મંદિર વટાવ્યા. કાલેકર ગાર્મેન્ટ્સથી ડાબે વળીને ફાઇવ પેવર્સ ઍન્ડ બ્રિક્સથી

જમણી બાજુ આગળ વધી. ડાબી બાજુ પાર્ક છોડીને એ પૂર્વમાં વળી ને થોડીવારમાં સામે દેખાયું ઢાલેવાડી.

પૂણે જિલ્લાના મવાળ તાલુકાનું નાનકડું ગામ એટલે ઢાલેવાડી. સાવ નાનકડું ગામ. સેંકડોમાં ગણાય એટલી વસતિ. 40 જેટલાં ઘર હશે, એમાં લોકેશન મુજબની જગ્યાએ જવામાં અજયને જરાય તકલીફ ન પડી. જીપ એક સાધારણ લોજ પાસે ઊભી રહી. લેંઘો-પહેરણ પહેરીને મોબાઇલ ફોન પર ગેમ રમતા મૅનેજર સાથે કૅપ્ટન સૂરજ સહસ્રબુદ્ધેએ વાત કરી. આર્મીવાળા અને ડિટેક્ટિવ આવ્યા, પાછળ પોલીસવાળા આવે છે અને જાણીને મૅનેજરને ખુશનુમા માહોલમાંય પરસેવો વળી ગયો. તેણે ચૂપચાપ માહિતી આપી. પહેલો માળ, રૂમ નં. 16.

રૂમ નં. 16નો નકૂચો ખખડાવ્યો અને દરવાજો ખૂલે એ સાથે જ સૂરજ અંદર ધસી ગયા, રિવૉલ્વર લઈને.

*

ભાટગાંવના ઇન્સ્પેક્ટર પુરંદરે પોતાના ખબરીથી એકદમ ખુશ થઈ ગયા. તે માહિતી લઈ આવ્યો કે ફોટાવાળા માણસ એટલે કે વિનોદ વાંકડેને પોતે બસડેપો પરથી લાતુરની બસમાં બેસતો જોયો હતો. પુરંદરેએ ચાર-પાંચ વાર પૂછ્યું પણ ખબરી મક્કમ રહ્યો કે આ જ માણસ હતો એ. કેન્ટિનવાળાએ તેની સાથે મિસળના સ્વાદ માટે માથાકૂટ કરી હતી. રૂઆબ ગામ આખાનો હતો એનામાં.

આ ખબરીના ગયા બાદ પુરંદરેએ લાતુરમાં કોઈકને ફોન કર્યો, અને વિનોદ વાંકડેનો ફોટો મોકલ્યો. લાતુરના ઊડતા પંખીની પણ સંખ્યા કહી શકવાનો દાવો કરનારો કિશન સારંગ મોટો કલાકાર હતો. તે વૉટ્સએપના ચાર ગ્રૂપ ચલાવતો હતો. બધામાં એ જ મૅસેજ મૂકી શકે, બીજું કોઈ નહીં. આ ગ્રૂપમાં નાની નાની હોટલ, ગલ્લા અને ધાબાના વેઇટર, છાપાના ફેરિયા, ટ્રક-ટેક્સીના ડ્રાઇવર-ક્લીનર, હૉસ્પિટલના વૉર્ડબૉય, બૂટ-પૉલીસવાળા, પ્યૂન, લિફ્ટમૅન અને સફાઈ કામદાર મેમ્બર હતા. કોઈ પણ કામ કિશનને સોંપો એટલે થયા વગર ન રહે. એની સ્પષ્ટ નીતિ એ કે મફત કામ ન કરવું, ને જે આવક મળે એમાંથી અડધી પોતે રાખે ને અડધી એ કામ કરનારને આપે. શહેરમાં સેંકડો આંખ-કાન ધરાવનારા કિશનનો મેઇન ધંધો જ આ હતો.

પોતાના પર અનેક ઉપકાર કરનારા પુરંદરેનો ફોન અને ફોટો આવતાવેંત કિશને પાંચેય ગ્રૂપમાં માહિતી સાથે ફોટો મૂકી દીધો. ઘણીવાર તો પાંચ-દસ મિનિટમાં કામ થઈ જાય. આજે કલાક, બે કલાક, ત્રણ કલાક અને ચાર કલાક પૂરા થયા.

પુરંદરે નવાઈ લાગી. તેમણે ફોન લગાડ્યો, "કિશન, હું જાણું છું કે તું પૈસા વગર કામ કરતો નથી. તું કહેતો હોય તો બૅન્ક ઍકાઉન્ટમાં રકમ ટ્રાન્સફર કરી દઉં?"

"હી કાય મ્હણને સર? ક્યારેક મોડું થાય. જો એ વિનોદ લાતુરમાં હશે તો મારી નજરમાં આવ્યા વગર નહીં રહે. પ્લીઝ, થોડો ટાઇમ આપો મને."

કિશન સારંગે ફોન મૂક્યો ત્યાં જ મોબાઇલ ફોનમાં સીટી વાગી, જે વૉટ્સએપમાં નવા મૅસેજ આવ્યાના નોટિફિકેશનની રિંગ હતી. સરકારી હૉસ્પિટલના એક વૉર્ડબૉયે ફોટો મોકલ્યો હતો, જેમાં વિનોદ હૉસ્પિટલના કપડામાં ચા પી રહ્યો હતો. કિશને તરત પુરંદરેને ફોન કર્યો, "સર, આપના મોબાઇલ ફોનમાં જુઓ. અને એક રિક્વેસ્ટ કરું?"

"બોલ ભાઈ, કિશન સારંગ."

"સર, આજ પછી આપણી વચ્ચે પૈસાનો ઉલ્લેખ ન આવે તો મને વધુ ગમશે."

"અરે, ખરાબ લગાડવાનું છોડ, તારેય ખર્ચા તો હોય જ ને?"

"હા સર, આ વિનોદની ઇન્ફૉર્મેશન માટેય હું વૉર્ડબૉયને એની કમાણી આપીશ."

"અરે પણ, તારે શું કામ ગજવામાંથી ખર્ચવાના?"

"સર, તમારા લીધે આજે સીધે રસ્તે છું. ક્યારેક થોડા પૈસા જતા કરવા કે ખર્ચવાનું મને પરવડે છે. આપના જ આશીર્વાદ છે. પરમ સંતોષ થાય છે આપને કામ લાગ્યાનો."

"આશીર્વાદ ઉપરવાળાના હો. ચાલ, તારો મૅસેજ જોવાની અને પંખીનો ચહેરો જોવાની ખૂબ ઉતાવળ છે. ફોન મૂકું છું." પુરંદરેએ ફોનમાં વિનોદ વાંકડેનો ફોટો જોયો. તરત લાતુરમાંથી ગાંધી ચોક પોલીસસ્ટેશનના ઓળખીતા ઇન્સ્પેક્ટરને વિનંતી કરી કે મુફ્તીમાં એક માણસને નજર રાખવા મોકલી શકાય? હું આવું ત્યાં સુધી પંખી ઊડી ન જાય એનું ખાસ ધ્યાન રાખવાનું છે. સામેથી હકાર મળતા પુરંદરેએ લાતુર જવાની

તૈયારી શરૂ કરી દીધી. થોડીવારમાં સાથે એક હવાલદારને લઈને તે જીપમાં નીકળી પડ્યો. પુરંદરે મન, મગજ પર એક જ નામ છવાઈ ગયું, વસંત વાંકડે. એ માશુકા હોય અને લાંબા સમયે મિલન થવાનું હોય એવી બેસબ્રી મનમાં જાગી.

◆

****ફિલ્મ:*** 'હીરામોતી' (1959), ***ગાયિકા:*** લતા મંગેશકર, ***ગીતકાર:*** શૈલેન્દ્ર, ***સંગીત:*** રોશન, ***કલાકારો:*** બલરાજ સહાની, નિરુપા રૉય, અસિત કુમાર, ***દિગ્દર્શક:*** કિશન ચોપરા. આ ફિલ્મ મુન્શી પ્રેમચંદની 'દો બૈલોં કી કથા' નામની ટૂંકી વાર્તા પર આધારિત હતી.

17

આને ન દૂંગી આંચ સિતારોં કો રાતભર
આંચલ પકડ લિયા હૈ જુદાઈ કી રાત કા*

કૉફીનો મોટો મગ ભરીને કુકુ સોફા પર આરામથી બેઠી હતી. એક ચુસકી માર્યા બાદ એની નજર રંજનના ફોટા પર ગઈ. પછી આંખ ઍક્ટ્રેસ કુકુના ફોટા પર રોકાઈ ત્યારે ચહેરો એકદમ ભાવહીન થઈ ગયો. કોયલ પંખી સુધી નજર પહોંચતાં ચહેરા પર હળવું સ્મિત આવી ગયું. પપ્પાના ચહેરા સામે એ જોતી રહી, "જોયુંને રમેશભાઈ સોની. આપની દીકરીએ શિખામણ બરાબર ગાંઠે બાંધી છે કે નહીં? જરાય ફિકર કરતા નહીં. તમારી આ કુકુ ક્યારેય દુ:ખી નહીં થાય."

આંખમાં આવેલાં ઝળઝળિયાં લૂછતાં એ ધીમેથી બોલી, "પપ્પા, તમારી ફેવરિટ ઍક્ટ્રેસ કુકુની પાછલી જિંદગીએ તમને કેટલા બધા વ્યથિત કરી મૂક્યા હતા. ત્યારથી તમે મને, તમારા આ સૌથી વહાલા સંતાનને, રોજેરોજ બચતના અને ભવિષ્યની સલામતીનું મહત્ત્વ સમજાવતા હતા. હા, પપ્પા, ભવિષ્ય અંધકારમય બને એવું કંઈ મને ન ખપે. સ્વર્ગમાં મમ્મીને વળતું મેણું મારજો કે તમે બેસ્ટ સંતાનને જ પ્રિય માન્યું હતું. હજીય સતત મનમાં તમારી શિખામણો પડઘાતી રહે છે. તમને કે તમારી વાતને હું ક્યારેય ભૂલી નહીં શકું. તમે જ મને સ્પેશયલ બનાવી. તમારા પ્રેમ અને પ્રતાપને પરિણામે જ હું બની શકી ડિયર કુકુ... ડિયર કુકુ... કેટલું સારું લાગતું હું જ્યારે તમે આખો દિવસ ડિયર કુકુ, ડિયર કુકુ કરતા રહેતા હતા. પપ્પા, આઇ પ્રૉમિસ યુ કે લોકો ડિયર કુકુ રમેશ સોનીને જલદી ભૂલી નહીં શકે."

એક જ ઘૂંટડે ગટગટ કરતી કૉફી પીને મગ ટેબલ પર મૂકી કુકુએ મોબાઇલ ફોન ઊંચક્યો.

*

બંગલોની બે ટ્યૂબલાઇટ્સે એકસાથે દમ તોડી દીધો. કાળીદાસ ડિસ્ટર્બ થઈ ગયો. અજય મહેતાએ સમજાવ્યો, “અરે, બંગલો બન્યા બાદ કદાચ પહેલીવાર ટ્યૂબલાઇટ ઊડી ગઈ છે. એમાં આટલી ફિકર શાની?”

“ના, ના. હવે પેલી બેસ્ટવાળી ટ્યૂબલાઇટ લગાવડાવી છે. પેલું શું કહે છે... પ્રકાશ સારો મળે, ને વીજળીય ઓછી વપરાય.”

કાળીદાસ ધરાર ‘ધાર્યું’ કરીને જ જંપ્યા. રોશન ઇલેક્ટ્રિકવાળો અત્યારે બે એલ.ઇ.ડી. ટ્યૂબલાઇટ ફીટ કરતો હતો. અજય મહેતાએ ટાઇમપાસ માટે વાતચીત શરૂ કરી.

“રોશનજી, કિતને ટાઇમ સે હૈ લોનાવાલા મેં?”

“સર, સોલહ સાલ હો ગયે.”

“ફિર સબ કો જાનતે હોંગે, ક્યોંકિ આપ કે બગૈર તો કહી ભી રોશની સંભવ નહીં હૈ.”

“જી સર, બડે બડે આદમી મેરે ઘિરાક હૈ.”

“વાહ, બઢિયા હૈ. યે વસંત-રીરીવાલો કો જાનતે હો?”

“ઉન કા નામ મત લિજિયે, સર.”

“અરે, ઐસા ક્યા હો ગયા?”

રોશને જવાબ આપવાને બદલે વાયર પરનું રબરનું કવચ દાંતથી ખેંચી કાઢ્યું. પછી કાળીદાસે એને ટોક્યો, “રોશન કામ બાદ મેં કરના, પહલે સર કે સવાલ કા જવાબ દો.”

“સર, વો ક્યા હૈ કિ લંબે અરસે પહલે બંગલો સે 25 હેલોઝન લાઇટ મંગવાઈ થી. મેરે પાસ તો સિર્ફ સાત હી થી. રાતોરાત પૂણે સે 18 હેલોઝન ખરીદ લી. મુઝે લગા કી બડી પાર્ટીશાર્ટી હોગી શાયદ. મગર પાર્ટીશાટી, કુછ નહીં થા. તીન દિન બાદ હેલોઝન લાઇટ્સ વાપસ આયી તો જ્યાદાતર કે બલ્બ પૂરે ફ્યૂઝ હો ગયે થે. એક-દો કે તો પતરે ભી મૂડ ગયે થે. મૈંને બોલા કિ નુકસાન ભરપાઈ કર દો. ઉસકે નૌકર નંદુને બોલા કિ મૅડમને તો ભાડા હી દિયા હૈ. મૈં તીન બાર ગયા મગર મૅડમ નહીં મિલી. એકબાર બંગલો કે બહાર હી ઉન કો મૈંને બોલ દિયા કી

મેરી હેલોઝન લાઇટ તોડ ડાલી ઔર અબ આપ પૈસા નહીં દે રહી હૈ. યહ કૈસે ચલેગા? ઉસને બડે બદતમીઝી સે મુઝે બોલા કિ જાઓ પુલીસ મેં કમ્પલેન કરો. ઉસી વક્ત બડી બહન રંજન આ ગઈ ઔર પર્સ મેં સે પૈસે નિકાલને લગી. મગર કુકુ મેડમને ઉન્હેં રોક લિયા. મેરે સામને ગુસ્સે સે દેખકર બોલી, આસપાસ દિખે તો મૈં પુલીસ મેં કમ્પલેન કર દુંગી કિ મેરી છેડતી કી થી... સર, લોનાવાલા કી કોઈ ઔરત યા લડકી નહીં બોલી કી હમને ઉસે ગલત નજર સે દેખા... ઔર યે પૈસેવાલે... ગરીબો કો સતા કે કૌન સા શુકુન મિલતા હોગા?"

પછી રોશન ચૂપચાપ કામ કરવા માંડ્યો. અચાનક અજય મહેતાએ ગજવામાંથી 500-500ની બે નોટ કાઢીને એને આપી., "સર, 600 હુઆ. છુટ્ટા હો તો દીજિયે, પ્લીઝ."

"અરે, પૂરે એક હજાર તુમ્હારે લિયે હૈ. રખ લો."

"નહીં, નહીં, સર. હરામ કી કમાઈ હજમ નહીં હોગી."

કાળીદાસે ટાપસી પુરાવી, "રોશન યે હરામ કી કમાઈ નહીં હૈ. ખુશી સે દે રહે હૈ, પ્યાર કી કમાઈ સમજકર રખ લો."

રોશન જતો હતો ત્યાં કંઈક યાદ આવતા અજયે પૂછ્યું, "યે વસંત-રીરીવાલા વાક્યા કબ હુઆ થા?"

"લંબા અરસા હો ગયા. ફિર ભી બરાબર યાદ હૈ દેઢ સાલ પહલે કી બાત હૈ."

રોશન ચાલતો થયો. અચાનક પાછળ વળીને અજય મહેતા સામે જોઈને બોલ્યો, "થેન્ક્યુ સર, સબ માલદાર કે નામ બડે ઔર દર્શન ખોટે નહીં હોતે હૈ. વહ આપસે શીખને મિલા."

*

ત્રીજે દિવસે ઇન્સ્પેક્ટર સદાનંદ પાટિલે સામેથી ફોન કરીને કેપ્ટન સૂરજ સહસ્રબુદ્ધેને સાંજે મળવા બોલાવ્યા, "આવો બે-બે પૅગ લઈએ સાથે!" સાથે ખાસ આગ્રહ કર્યો, "તમારા મિત્ર ડિટેક્ટિવ અજય મહેતાને ખાસ લેતા આવજો. એમને અનુકૂળ હોય એ સમયે મળીએ."

સૂરજને આશ્ચર્ય થયું અને આનંદ પણ. સદાનંદ સાથે ઘનિષ્ઠ મૈત્રી નહીં, છતાં વ્યવહારુ સંબંધ હતા. આમેય સ્થાનિક પોલીસ સાથે કનેક્શન હોય તો ઘણી બિનજરૂરી મુશ્કેલી ટાળી શકાય એવું સૂરજ માને.

રાતે નવેક વાગ્યે સદાનંદ પાટિલના કઝિનની હોટલમાં સ્વીમિંગ પુલ પાસે અજય મહેતા અને સૂરજ સહસ્રબુદ્ધે પહોંચ્યા. ઇન્સ્પેક્ટર સદાનંદ પાટિલે સૂરજની પહેલા અજય મહેતાનું અભિવાદન કર્યું. ચહેરા પર સ્મિત અને હાથમાં હૂંફ સાથે. પછી સૂરજનો હાથ પકડીને બોલ્યો, "થૅન્ક્યુ, દોબારા મિત્ર, સૉરી, આપણા મિત્ર, અજય મહેતાને તેડી લાવવા માટે."

અજયે વિચિત્ર મોઢું બનાવીને પોતાના પગ સામે જોયું. માથા પર હાથ મૂક્યો જાણે હાઇટ ન માપતા હોય. અચાનક સૂરજનો હાથ પકડીને બોલ્યા, "દોસ્ત સૂરજ, તમે ક્યારથી 50 કિલો વજન ઊંચકવા માંડ્યા? સામેવાળાને જાણ ન થાય એ રીતે."

સૂરજને કંઈ સમજાયું નહીં. સદાનંદ પણ જોઈ રહ્યો. અજયેય ચહેરા પર એકદમ ગંભીરતા સાથે બોલ્યા, "અરે, તમારા આ ફ્રેન્ડે આભાર માન્યો કે તમે મને તેડી લાવ્યા. હું તો ભ્રમમાં હતો કે હું મારા પગે ચાલીને આવ્યો." આ સાંભળીને સૂરજ અને સદાનંદ ખડખડાટ હસી પડ્યા. એ જ ખુશીમાં સદાનંદે અજયને ધબ્બો મારી દીધો, "કમાલની સેન્સ ઑફ હ્યુમર છે તમારી યાર."

અચાનક કંઈક વધુ પડતું થઈ ગયાનું લાગતા થોડા છોભીલા પડીને સદાનંદ બે ડગલા પાછળ હટીને બોલ્યો, "સૉરી, ખોટું લાગ્યું હોય તો..." અજય ગંભીર ચહેરે એની સામે ગયા. આંખમાં આંખ નાખી તને બોલ્યા, "બેવકૂફ સમજ્યો છે મને? એવી ભૂલ ન કરતા હો... દોસ્ત પણ કહો છો ને સૉરી પણ..." અજય મહેતાએ પણ એક ધબ્બો સદાનંદને માર્યો.

સૂરજને સમજાતું નહોતું કે આ બંને વચ્ચેનો બરફ ઓગળ્યો કઈ રીતે? ઠંડા પ્રતિભાવને બદલે હૂંફ આવી ક્યાંથી? સદાનંદને ગરજ હશે એટલે નાટક કરે છે? અને અજય મહેતા એના મનની વાત જાણવા નાટકમાં સામેલ થયા હશે? ત્યાં જ એક જણ આવીને સદાનંદની બાજુમાં ઊભો રહ્યો. સદાનંદ પાટિલે ઓળખાણ કરાવી, "આ છે ઇન્સ્પેક્ટર પુરંદરે, ભાટગાંવથી આવ્યા છે."

અજય, સૂરજ અને પુરંદરેએ હાથ મિલાવી સ્મિતની આપ-લે કરી એટલે સદાનંદે સૂચન કર્યું, "પહેલા બેસીએ. ઑર્ડર કરીને પૅગ આવે એટલે ગપ્પા મારીએ."

હળવાશ વચ્ચે શરૂ થયેલી મહેફિલમાં પૅગ અને ચખનાની સાથે ખૂબ

વાતો થઈ, જે ઘણાના વર્તમાન અને ભવિષ્ય સદંતર બદલી નાખવાની હતી. સદાનંદ પાટિલને ખૂબ સારું લાગતું હતું. જોકે તક મળે અહોભાવથી અજય મહેતા સામે જોવાનું ચૂકતો નહોતો. એકવાર તો અજય મહેતા ગંભીર ચહેરા સાથે બોલ્યા, "મને ડર લાગે છે એકદમ..."

ડર અને અજય મહેતાને? ત્રણેય જોઈ રહ્યા, "...ક્યાંક સદાનંદ પાટિલ મારા પ્રેમમાં ન પડી જાય." અજયે વાક્ય પૂરું કર્યું. સૂરજ અને પુરંદરે હસી પડ્યા. અજય મહેતાય બંનેની સાથે જોડાઈ ગયા. છોભીલા પડ્યા વગર સદાનંદ જોશભેર બલ્યા, "પ્રેમમાં પડવામાં ખોટું શું છે? દોસ્ત પર પ્રેમ આવે જ હો... ઉઠાવો ગ્લાસ ને કરો ખાલી બધા."

અજય મહેતા બોલ્યા, "નાઉ વન ફૉર ધ રોડ. એટલિસ્ટ મારા માટે તો ખરો જ." ત્રણેય સાથે જોડાયા, "અમારો પણ છેલ્લો પૅગ. સદાનંદે ફરી ગરમાગરમ પકોડા, બટાટાવડાં, ક્રિસ્પી પનીર, પહાડી પનીર અને પનીર ચીલીનો ઑર્ડર આપ્યો. વેઇટર જાય એ પહેલાં ઉમેર્યું, "વેજ બિરિયાની પણ લાવ, મારે તો જોઈશે જ."

ત્રણ પૅગમાં થયેલી ચર્ચા બાદ ચોથા પૅગ વખતે મહત્ત્વના વ્યૂહ નક્કી થયા. એમાં અંતિમ નિર્ણય અજય મહેતા પર છોડાયો. શું કરવું, કેવી રીતે કરવું અને ક્યારે કરવું એ અજય મહેતા પર છોડાયું. અજય મહેતાએ સહર્ષ જવાબદારી સ્વીકારી લીધી. ડ્રિંક અને ડિનર બાદ ગપ્પાબાજી જામી બરાબરની.

અચાનક સાડા અગિયાર વાગ્યે સૂરજ બોલ્યા, "હવે ઊઠીએ? અમારે ટ્રાવેલિંગ કરવાનું છે, હોં."

અજયે સૂર પુરાવ્યો, "તમારે એકલાએ નહીં, મારે પણ."

સૂરજને હજી સમજાતું નહોતું કે આ સદાનંદનું હૃદય પરિવર્તન થયું કઈ રીતે? વાંકડે પકડાઈ ગયા, બાદ સદાનંદનું અજય માટે માન વધી ગયું હતું. એ કોઈ જાણતું નહોતું.

સદાનંદ પાટિલને પાર્ટી માટે દિલથી થૅન્ક્સ કહીને બધા છૂટા પડે એ અગાઉ અજય મહેતા બોલ્યા, "નેક્સ્ટ પાર્ટી હું આપીશ. બધા મારા બંગલો પર મળીશું."

પુરંદરે સામે જોઈ રહ્યા. અજયે એનો હાથ પકડી લીધો, "જ્યારે પાર્ટી હોય ત્યારે આવવું પડશે, હો."

પુરંદરેને આ માણસ બહુ ગમી ગયો, “શ્યોર. ડેફિનેટલી આવીશ, સર.”

કયામતની આગલી રાતે ઘણા ખેલ પડવાના હતા. આવતી કાલના ગર્ભમાં શું હતું, એનાથી અજાણ કેટલાક છેલ્લી નચિંત ઊંઘ માણી રહ્યા હતા, તો અમુકની નિદ્રા પલાયન થઈ ગઈ હતી.

◆

***ફિલ્મ:** ‘ફાગુન’ (1958), **ગાયક:** આશા ભોસલે, **ગીતકાર:** કમર જલાલાબાદી, **સંગીતકાર:** ઓ. પી. નૈયર, **કલાકારો:** ભારત ભૂષણ, મધુબાલા, નિમ્મી, **દિગ્દર્શક:** વિભૂતિ મિત્રા

18

ગમ છોડો આજ ગમ છોડો
સારે જમાને કે ગમ છોડો*

અચાનક કુકુનું બ્લડપ્રેશર એકદમ ઘટી ગયું. તેને તાત્કાલિક હૉસ્પિટલમાં દાખલ કરવી પડી. તેનો ચહેરો એકદમ નિસ્તેજ લાગતો હતો.. આંખોની આસપાસ કૂંડાળા જેવું દેખાતું હતું. ડૉક્ટરે નિદાન કર્યું કે સતત વિચારવા કે ડરવાને લીધે તકલીફ ઊભી થઈ હોઈ શકે.

નર્સ કુકુને દવા આપવા આવી. ત્યારે અચાનક તેનું ધ્યાન ટિપૉય પર ગયું. ત્યાં નાનકડી બાટલી પડી હતી. નર્સને નવાઈ લાગી કે આ કઈ દવા? તેણે ફાઇલમાં પ્રિસ્ક્રિપ્શન ચેક કર્યું અને પછી બાટલી ધ્યાનથી જોઈ. તેનાથી જોરથી બૂમ પડાઈ ગઈ, “વૉર્ડબૉય... વૉર્ડબૉય... ડૉક્ટરસા’બ...”

એની ચીસથી બધા દોડી આવ્યા. ઊંઘતી કુકુની આંખ પણ ઊઘડી ગઈ. ડૉક્ટર આવતા જ તેમના હાથમાં નર્સે બાટલી આપી દીધી. ડૉક્ટરના મોઢામાંથી નીકળી ગયું, “ઓહ માય ગૉડ. આ તો પૉઇઝન છે. આ બાટલી મૂકી કોણે અહીં?”

નર્સ ગભરાઈ ગઈ, “સર, આઈ ડોન્ટ નો. મેં ટેબલ પર જોઈ અને શંકા ગઈ.” ડૉક્ટરે કુકુ સામે જોયું. એ માંડ માંડ બોલી, “હું તંદ્રાવસ્થામાં હતી. કોઈ વૉર્ડબોય આવ્યો હતો, સાથે ડૉક્ટર પણ હતા. કદાચ. હા, ચોક્કસપણે ડૉક્ટરે ચેક્સવાળું શર્ટ પહેર્યું હતું.” વધુ બોલવાને બદલે એ રડવા માંડી.

*

ઇન્સ્પેક્ટર સદાનંદ પાટિલ અને ડિટેક્ટિવ અજય મહેતા ખબરઅંતર પૂછવા આવ્યા છે તો કુકુ હીબકાં ભરીભરીને રડવા લાગી, “આપને બંનેને

હાથ જોડીને રિકવેસ્ટ કરું છું કે રંજનદીદીના ખૂનીને પકડી લો. હવે મારો વારો નિશ્ચિત છે. રાતેય કોઈક બારીમાંથી મને ઘૂરતું હતું. હું ટૉર્ચ લઈને હિંમત કરીને આગળ વધી તો એ જ માણસ હતો..."

"કોણ માણસ?"

"પેલો ચેક્સ શર્ટવાળો... દીદીનો મર્ડરર..."

અજયે અને સદાનંદે એકમેક સામે જોયું. અજયે હસવાના પ્રયાસ સાથે કુકુને ખાતરી આપી, "બસ, હવે એનો ખેલ ખતમ થવામાં છે. થોડા કલાકો પછી એ તમને ક્યારેય હેરાન નહીં કરી શકે."

સદાનંદ પાટિલે મોબાઇલ ફોન પર ચારેક જણાને તતડાવ્યા, "વો કિશોર સોની કા ક્યા હુઆ? સબ સોતે હો ક્યા?" આ વાતચીત વચ્ચે અજય મહેતા બહાર ગયા, "ડૉક્ટર સાથે વાત કરી લઉં જરા."

સદાનંદ પાટિલ કુકુને હિંમત બંધાવતા હતા ત્યાં મોબાઇલ ફોનની બેલ રણકી, "હલ્લો... વ્હૉટ? કિશોર? કહાં દિખા લોનાવાલા મેં? ઠીક હૈ, ઉસ કે ઉપર સે નજર મત હટાના... મૈં આતા હૂં... યસ, યસ."

કુકુ સામે મલકાઈને સદાનંદ બોલ્યો, "હવે એ બચી શકવાનો નથી. જલદી ગુડ ન્યૂઝ આપું." આટલું કહીને એ જોશભેર બહાર નીકળી ગયો.

*

ડિટેક્ટિવ અજય મહેતા, કૅપ્ટન સૂરજ, સહસ્રબુદ્ધે, ઇન્સ્પેક્ટર સદાનંદ પાટિલ, ઇન્સ્પેક્ટર પુરંદરે અને કાળીદાસ એકદમ વ્યસ્ત હતા. કામકાજ વચ્ચે જે મળ્યું એનાથી લંચ પતાવ્યું. દોડાદોડી હતી, ડેડલાઇન હતી. હવે કિલરને વધુ સમય છૂટો ન રહેવા દેવાય. ખૂબ જોખમી છે, ઝનૂની છે. કંઈ પણ કરતા અચકાય નહીં.

અજય મહેતા એક કાગળ પર વ્યવસ્થિત નોંધ ટપકાવતા હતા. વ્યક્તિના નામ અને સામે માહિતી. તેઓ નહોતા ઇચ્છતા કે રંજન સોની મર્ડર કેસમાં બ્રેકિંગ ન્યૂઝ આવ્યા બાદ એ અદાલતમાં ઢીલો પડી જાય. એમને આરંભે શૂરા થવામાં કે પ્રસિદ્ધિ મેળવવામાં રસ નહોતો. સચ્ચાઈ સુધી પહોંચવાનો ધ્યેય હતો અને સાચો ન્યાય સમયસર મળે એવું ઇચ્છતા હતા.

ઇન્સ્પેક્ટર સદાનંદ પાટિલે લોનાવાલાના જ નહીં, પૂણેના એક-બે

ઓળખીતા પત્રકારોને ટીપ આપી દીધી, "લોનાવાલામાં મોટો ક્રાઇમ કેસ ઉકેલાવામાં છે. બ્રેકિંગ ન્યૂઝ઼ર માટે તૈયાર રહેજો." આટલું કહીને સદાનંદે તો ફોન મૂકી દીધો, પણ પછી અમુક પત્રકારોએ એક્સક્લુઝિવ સ્ટોરી માટે ખૂબ વલખાં માર્યાં. સદાનંદ સાથે ઘણી ગોળ ગોળ વાતો કરી, પણ એ ભાઈડો ટસનો મસ ન થયો.

સાંજની ચા પીતી વખતે અજય મહેતાના મોઢામાંથી નીકળી ગયું, "કાળુભા, થોડા દિવસ મુંબઈ ચાલો."

"મુંબઈ ચાલો? સર, હજી તમારું વૅકેશન ક્યાં શરૂ થયું છે અહીં?"

"નસીબમાં વૅકેશન લાગતું નથી. ખરું કહું તો આરામ કરતાં કામમાં જ મજા છે હોં. બહુ કામ કરો તો આરામને માણી શકાય. જુઓ લૉકડાઉનમાં કેટલાય ફરિયાદ કરતા હતા કે છ દિવસના કામ પછી વીક્લી ઑફનો જે આનંદ હતો એ સાતેય દિવસ પડી રહેવામાં સાવ લૂંટાઈ જાય."

"સાચી વાત પણ... હું મુંબઈ આવીને શું કરું?"

"અરે, તમારા હાથની ચાની બહુ યાદ આવશે. સાથે આવો તો નિરાંત..."

"અચ્છા એટલે સાહેબને મારી નહીં, મારી ચાની યાદ આવવાની છે. એમને? જેવી મળે એવી ચા પી લેજો. હું કંઈ મુંબઈ આવવાનો નથી."

"અરે અરે... પત્નીની જેમ નારાજ થવાનું રહેવા દો, કાળુભા..."

"ઠીક છે, ઠીક છે. ખોટા મનામણાની જરૂર નથી હોં, પણ બે-ત્રણ દિવસ તો રોકાશોને?"

"કાલે રાતે બંગલા પર પાર્ટી કરીશું બધા. પછીના દિવસે સવારે તમારા હાથની ચા અને પૌંઆ ખાઈને રવાના."

"અરે, પણ બે-ત્રણ દિવસ..."

"કાળુભા, ત્યાં થોડું કામ નીકળ્યું છે."

"મને ખબર છે કે તમે માનવાના નથી."

"અને પાર્ટીમાં મહેમાન કોણ છે?"

"હું, તમે અને બીજા થોડા. જુઓ બહારથી ખાવાનું મગાવી લેજો. એટલે તમેય સાથે ઍન્જોય કરી શકો. તમારી દેશીની બે-ત્રણ બૉટલની વ્યવસ્થા કરી રાખજો. અમે બધાય ટેસ્ટ કરીશું."

"બહારના ખાવામાં મજા નહીં આવે. હું જ બનાવી લઈશ. કેટલા માણસો ગણું?"

"મને અને તમને ગણીને છ જણા હશે લગભગ."

"ઠીક છે. આઠ-દસ માટે વ્યવસ્થા થઈ જશે."

ત્યાં જ હૉસ્પિટલથી ડૉ. કર્ણિકનો ફોન આવ્યો, "કુકુને ઘણું સારું છે. એ જીદ કરે છે ઘરે જવાની. કદાચ હૉસ્પિટલ એને સલામત જગ્યા નથી લાગતી. તો પછી ડિસ્ચાર્જ આપી દઉં છું."

"ડૉક્ટરસાહેબ, એ તો તમારા અને પેશન્ટ વચ્ચેનો મામલો છે. હું એક ગૅરન્ટી આપી શકું કે એના પર કોઈ જાતનું જોખમ નથી."

ફોન મૂકીને અજય મહેતા બોલ્યા, "લો, કુકુય હૉસ્પિટલમાંથી ઘરે જઈ રહી છે."

કાળીદાસે સવાલ કર્યો, "એ હશે કે પાર્ટીમાં?"

"હશે. અરે, એને ભયમુક્ત કરવા નિમિત્તે તો પાર્ટી થવાની છે, કાળુભા."

*

અલગ અલગ કાર, ટૅક્સી અને બસ લોનાવાલા ભણી ધસી રહી હતી. ભાટગાંવથી વિનોદ વાંકડે, મુંબઈથી રોની, કાલુન્દ્રેથી શાંતિતાઈ જોશી, નંદલાલ સારવ ઉર્ફે નંદુનો દોસ્ત કિરણ પાટિલ ખાચરેવાડીથી રવાના થઈ ગયા હતા લોનાવાલા પહોંચવા. બે-ત્રણ વિશેષ મહેમાન હતા. અજય મહેતા અને સૂરજ સહસ્રબુદ્ધેના સાંનિધ્યમાં.

લોનાવાલાની સાંજ વાદળ ઘેરાયેલી હતી. માહોલ એકદમ વિચિત્ર, કહો કે થોડો ઉદાસ હતો. લલ્લુ પાનવાલાનું ટેપ રેકોર્ડર ચીખતું હતું.

"આજ કી રાત, હોના હૈ ક્યા
પાના હૈ ક્યા, ખોના હૈ ક્યા..."

લલ્લુએ ગીત થોડું ફૉરવર્ડ કરીને પ્લે કર્યું.

"આઓ મૈં તુમસે કહું બાત ચૂપકે સે
રંગ બદલેગી પલક મેં રાત ચૂપકે સે."

*

કુકુ કંઈક અલગ જ મૂડમાં બેઠી હતી. હૉસ્પિટલમાંથી આવવા છતાં ચહેરા પર ગજબની તાજગી હતી. દોઢેક કલાક શાવર લીધા બાદ એ ફ્રેશ થઈને બેઠી હતી. સામે વિશ્વના સૌથી મોંઘા વાઇનની બૉટલ પડી હતી. ડોમેઇન લેરોય મ્યુઝિંગ્રી ગ્રાંડ ક્રુ (Domaine Leroy Musingray

Grand Cru). 750 એમ.એલ.ની બૉટલની કિંમત ભારતીય ચલણમાં સોળ લાખ રૂપિયાથી વધુ.

માત્ર પોતાના પર હળવો પ્રકાશ આવે એવી લાઇટ ચાલુ કરીને એકદમ લહેજતથી કુકુ ધીમે ધીમે વાઇનને માણી રહી હતી. સાથે વિશ્વના શ્રેષ્ઠ અને મોંઘા સોલ્ટેડ કાજુ અને બદામની સ્વાદિષ્ટ કંપની હતી. કુકુ વિચારવા સાથે એકદમ નાના ઘૂંટડે વાઇન લેતી હતી. ક્યારેક એના ચહેરા પર હળવું સ્મિત આવી જતું હતું તો ક્યારેક ગુસ્સો.

ફરી ગ્લાસ ઊંચકીને હોઠે લગાવ્યો અને કુકુ નકશીદાર ટિપૉય ફરતે આંટા મારવા માંડી. નજીકના ટેબલના ડ્રોઅરમાંથી એક ડાયરી કાઢીને પ્લાસ્ટિકનું કવર ખોલીને, પૂઠાં પાછળ ચોંટાડી રાખેલું એક કવર ખેંચી લીધું. કવરમાંથી એક કાગળ કાઢીને એને ચૂમી લીધો.

અચાનક સામેથી કંઈક અવાજ આવ્યો, પણ કુકુ પર એની જરાય અસર ન થઈ. સામે પડદા પાછળ કંઈક સળવળાટ થયો અને કુકુએ પગ પર પગ ચડાવીને ગ્લાસ મોઢે માંડ્યો. પડદો હટ્યો અને એને એક ઓળો દેખાયો. એ ઓળો નજીક આવતો ગયો એમ એને ચેક્સનું શર્ટ દેખાવા માંડ્યું. જીન્સનું પેન્ટ, ચેક્સ શર્ટ, માથા પર હેટ અને ગોગલ્સ પહેરેલો, ઓળો થોડો આગળ વધ્યો.

"આવ સુરેશ આવ. તેં જિંદગીમાં ક્યારેય કમાણી કરી ન હોય કે ન જોયા હોય એટલા રૂપિયાના વાઇનનો પૅગ ટેસ્ટ કરાવું તને. તું પણ યાદ રાખીશ કે કુકુનો ટેસ્ટ અને સથવારો કેવો આલાગ્રાન્ડ છે. હવે બધા ટૅન્શન છોડી દે. ઇટ ઇઝ ટાઇમ ટુ રિલેક્સ ઍન્ડ એન્જોય ધ લાઇફ."

કંઈ બોલ્યા વગર એ ઓળો ત્યાં જ ઊભો રહી ગયો. ધીમેથી હાથ પાછળ લઈ જઈને તેણે રિવૉલ્વર કાઢીને કુકુ સામે ધરી. બરાબર કુકુના માથાનું નિશાન તાકીને એ એકદમ ધીમે પગલે આગળ ચાલવા માંડ્યો. કુકુ સહેજ ગુસ્સા સાથે બોલી, "નાટક બંધ કર સુરેશ. હવે કોઈ રિવૉલ્વરની જરૂર નથી. બસ, મારું કહ્યું માન અને મને ખુશ રાખ એટલે તારું જીવન સુધરી જશે, પણ હા, કુકુ સાથે સ્માર્ટ બનવાનું કેટલું ભારે પડશે એ તને કહેવાની જરૂર નથી ને?"

ઓળો કુકુના ટેબલ આસપાસના પ્રકાશની વ્યાસ નજીક આવ્યો. તેણે ગોગલ્સ કાઢીને શર્ટના પૉકેટમાં મૂકી દીધા. હેટ કાઢીને બાજુમાં ફગાવી

દીધી. એ જેવો પ્રકાશમાં આવ્યો કે કુકુના મોઢામાંથી ચીસ નીકળી ગઈ.

"કિશોર... કિશોરભાઈ તમે? અહીં શું કરો છો? મોટી બહેનને મારીને જીવ નથી ધરાયો કે હવે નાનકડી માસૂમ બહેનનો જીવ લેવાય આવી પહોંચ્યા. પણ મેં તમારું શું બગાડ્યું છે, જે જોઈએ તે લઈ લો, પણ મને છોડી દો, પ્લીઝ, ભાઈ."

◆

****ફિલ્મ:*** 'પિયા મિલન કી આસ' (1971), ***ગાયિકા:*** મુબારક બેગમ, ***ગીતકાર:*** એસ. એન. ત્રિપાઠી, ***સંગીતકાર:*** એસ. એન. ત્રિપાઠી, ***કલાકારો:*** મનોજકુમાર, અમિતા, ડેઇઝી ઇરાની, ***દિગ્દર્શક:*** એસ. એન. ત્રિપાઠી.

19

તૂ કહે અગર જીવનભર મૈં ગીત સુનાતા જાઉં, બીન બજાતા જાઉં*

કિશોર રિવૉલ્વર લઈને બે ડગલાં આગળ વધ્યો ત્યાં પાછળથી બે જણા એકસાથે બોલ્યા, "હેન્ડઝ અપ." કિશોર સોનીએ પાછળ વળીને જોયું તો ડિટેક્ટિવ અજય મહેતા અને ઇન્સ્પેક્ટર સદાનંદ પાટિલ રિવૉલ્વર તાકીને ઊભા હતા. સદાનંદ પાટિલે આગળ વધીને ગજવામાંથી રૂમાલ કાઢીને સાચવીને રિવૉલ્વર કિશોરના હાથમાંથી લઈ લીધી.

કુકુ એકદમ દોડીને અજય મહેતા પાસે પહોંચી ગઈ. એકદમ ઇમોશનલ અવાજે બોલી, "થૅન્ક્યુ, તમે મને બચાવી લીધી."

સદાનંદે પૂછ્યું, "આ સુરેશ કોણ?"

કુકુએ એકદમ રડમસ ચહેરે જવાબ આપ્યો, "છે ભાઈનો સાથીદાર. મને લાગે છે કે બંને સરખાં કપડાં પહેરીને વારેઘડીએ અમને ડરાવતા-ધમકાવતા હતા."

અજય મહેતાએ કિશોર સોનીના હાથમાં હાથ નાખ્યો. કુકુ અને સદાનંદ સામે જોઈને બોલ્યા, "ચાલો, ક્યાંક નિરાંતે બેસીએ. ઘણી વાતો કરવાની છે."

બધા જીપમાં બેસીને પોલીસસ્ટેશન ભણી રવાના થયા.

*

લોનાવાલા પોલીસસ્ટેશનમાં ધમધમાટ વધતો જતો હતો. બે વીડિયો કૅમેરા ગોઠવાઈ ગયા હતા. એની સફળ ટેસ્ટ થઈ ચૂકી હતી. સદાનંદ પાટિલે અજય મહેતાના કહેવાથી તાકીદ કરી હતી કે જરાય કચાશ ન

રહેવી જોઈએ. એક-એક વાત બરાબર રેકોર્ડ થવી જોઈએ.

ટેબલ ગોઠવાઈ ગયું હતું. એની પાછળ ત્રણ ખુરશી હતી. એક તરફ ઇન્સ્પેક્ટર સદાનંદ પાટિલ અને બીજી તરફ ડિટેક્ટિવ અજય મહેતા અને વચ્ચે કુકુ સોની. એમની પાછળ બે કૉન્સ્ટેબલ ઊભા હતા. સામે થોડી ખુરશીઓ મુકાયેલી હતી. અચાનક રૂમમાં એક પછી એક વ્યક્તિ પ્રવેશવા માંડી.

સૌથી પહેલા આવ્યાં શાંતિતાઈ જોશી. એની સાથે કિશોર સોની. પછી દેખાયો વિનોદ વાંકડે. એને પગલે પ્રવેશ્યો રોની. પછી રોશન ઇલેક્ટ્રિકવાલાએ રૂમમાં કદમ મૂક્યા. છેલ્લે મોઢા પર બુરખા સાથે કોઈ યુવાનને અંદર લવાયો. રૂમના દરવાજાની બંને બાજુએ એક-એક હવાલદાર ઊભા રહી ગયા. દરવાજા પાસે ખુરશી ખેંચીને ઇન્સ્પેક્ટર પુરંદરે અને કૅપ્ટન સૂરજ સહસ્રબુદ્ધે બિરાજી ગયા.

અજય મહેતાએ સદાનંદ પાટિલને ઇશારો કર્યો કે તમે શરૂઆત કરો. સદાનંદ પાટિલ બોલ્યા, “આ કેસ મારી પાસે આવ્યો એ અગાઉ એમાં મારા મિત્ર અને ડિટેક્ટિવ અજય મહેતા ઇન્વૉલ્વ થઈ ચૂક્યા હતા. આજે કેસ જે ઝડપથી ઉકેલાયો એમાં એમનો સિંહફાળો છે. હું આ પોલીસ મિત્રને વિનંતી કરીશ કે આપણને વિગતવાર બધું સમજાવે.” પછી સદાનંદ પાટિલે સસ્મિત અજય મહેતાને મૌન આગ્રહ કર્યો

અજય મહેતાએ ખોંખારો ખાધો અને બધા પર નજર ફેરવી, “આ કેસ ખૂબ મુશ્કેલ હતો. પોલીસ તો ઠીક ભલભલા ડિટેક્ટિવ થાપ ખાઈ જાય એવો મામલો છે. વસંત-રીરીમાં બે બહેનોને ધમકી મળતી હતી, ઘર પર પથરા ફેંકાતા હતા અને ગોળીઓ છોડાતી હતી એટલી માહિતી મને મળી. આ બંગલોમાં રહે બંને બહેન એટલે રંજન સોની અને કુકુ સોની અને મોટો, પણ સાવકો ભાઈ કિશોર સોની. ભવ્ય બંગલો હોવા છતાં કિશોર અલગ રહે અને એ પણ એક અવાવરુ-ગંદા બંગલોમાં. કિશોરની આદતો પણ ખરાબ. કોઈને પણ શંકા જાય કે આ કરતૂત કિશોર સોનીનાં જ. ભાઈ આ બધું કરતો હશે. અચાનક રંજન સોનીની હત્યા થઈ ગઈ.”

અજયે સામે મૂકેલા ગ્લાસમાંથી પાણીનો ઘૂંટડો ભર્યો. બધાના ચહેરા પર નજર નાખી. ત્રાંસી નજરે કુકુ તરફ જોયું, જેનો ચહેરો એકદમ ભાવહીન

હતો. પછી અજયે વાત આગળ ચલાવી, "વસંત-રીરીમાંથી માહિતી મળી કે આ બધાં કાળાં કામ કોઈ ચેક્સ શર્ટ અને જીન્સ પહેરેલો યુવાન કરે છે. રંજનના હત્યાસ્થળેથી આવાં વસ્ત્રોવાળા યુવાનને ભાગી જતો જોવાયો. એટલું જ નહીં, ઝાડીઝાંખરામાં એના શર્ટનો ફાટેલો ટુકડોય મળ્યો. અમે ત્યાંની ભીની માટીમાં કોઈના બૂટનાં નિશાન જોયાં. કિશોર સોનીના ગંધાતા બંગલોમાં અમને ચેક્સવાળા અનેક શર્ટ્સ અને જીન્સ પેન્ટ્સ મળ્યા. તાજી માટી ચોંટેલા બૂટ પણ મળ્યા. હત્યાસ્થળની નજીકથી મળેલા ટુકડાને મૅચ થતું ફાટેલું શર્ટ પણ મળ્યું. સાથોસાથ રંજનની હત્યા બાદ કોઈ પેપર પર અંગૂઠાનું નિશાન લેવાના પ્રયાસ થયા હોય એવુંય લાગ્યું. બધા કામ ચેક્સવાળાના જ હોઈ શકે ને? કુકુ બિચારી વારંવાર કરગરતી હતી કે મારે પ્રોપર્ટી નથી જોઈતી. મને બચાવી લો. તેણે ઇન્સ્પેક્ટર સદાનંદ પાટિલને વિનવણી કરી કે સારો વકીલ શોધી આપો એટલે બધું હું ભાઈને નામે કરી દઉં. પછી બીમાર પડેલી કુકુને હૉસ્પિટલમાં દાખલ કરાઈ, ત્યાં પણ એને મારી નાખવાનો પેંતરો રચાયો હોય એવું લાગ્યું. કુકુના ટેબલ પર બીજી દવા સાથે ઝેરની બાટલી મૂકી દેવાઈ. ભૂલમાં એ બાટલી કુકુથી પીવાઈ ગઈ હોત તો? સદ્ભાગ્યે તંદ્રામાંય કુકુ એ કોઈ વૉર્ડબૉય સાથે ચેક્સ શર્ટવાળા ડૉક્ટરને જોઈ ગઈ, ઓળખી ગઈ."

આટલું બોલીને અજય મહેતા એકદમ ચૂપ થઈ ગયા. બધા એમની સામે જોઈ રહ્યા. અજયે ફરી વાત આગળ ચલાવી, "આ બધું ઓછું હોય એમ આ કિશોર સોની ફરી એ જ ચેક્સ શર્ટ અને જીન્સ પહેરીને હાથમાં રિવૉલ્વર લઈને કુકુને મારવા વસંત-રીરી બંગલો પર પહોંચી ગયો અને અમે એને પકડી લીધો."

ઉપસ્થિત સૌએ તાળી પાડી. બધા તીખી નફરતભરી નજરે કિશોર સોની સામે જોઈ રહ્યા. છતાં શાંતિતાઈને પોતાના કાન અને આંખ પર વિશ્વાસ બેસતો નહોતો. જો પોલીસ હાજર ન હોત તો કદાચ કોઈકે કિશોરને અડબોથ ઝીંકી દીધી હોત. અંદરોઅંદર ગણગણાટ થવા માંડ્યો. કિશોર એકદમ ચૂપ બેસી રહ્યો. એના ચહેરા પર ઉદાસી હતી. કુકુ એકદમ સ્વસ્થ હતી. અજય મહેતાએ હાથ ઊંચા કર્યા બધાને શાંત પાડવા.

અજય મહેતા ઊભા થયા. ધીમે પગલે કિશોર સોની પાસે આવ્યા.

કિશોરને ઊભો કરીને પોતાની સાથે ટેબલ તરફ લઈ ગયા. બધા મોઢું જોઈ શકે એ રીતે ઊભો રાખ્યો. કિશોર વિશે આપણે જે સાંભળ્યું, આપણામાંથી થોડાઘણાંએ જે જોયું અને એના હાલહવાલથી લાગે કે આ જ ખલનાયક છે. પણ અહીં હાજર છે શાંતિતાઈ જોશી, જે વરસોથી કિશોરને ઓળખે છે સારી રીતે. કિશોર અને બંને સોની સિસ્ટરોના બાળપણને ખૂબ નજીકથી જોયું છે તેમણે. અમને શાંતિતાઈ પાસેથી જે જાણવા મળ્યું એ સાંભળીએ એમના જ મોઢેથી. શાંતિતાઈ પ્લીઝ, જણાવો બધાને."

શાંતિતાઈ જોશીને ખૂબ અનકમ્ફર્ટેબલ લાગતું હતું. આટલા મોટા અને ભણેલાગણેલા માણસો સામે પોતે શું બોલે? કેવી રીતે બોલી શકે? પછી એમની નજર કિશોર અને કુકુ પર ગઈ. મનમાં હિંમત આવી હોય એમ સૌની સામે બે હાથ જોડીને શરૂઆત કરી,

"હું વર્ષોથી સોની પરિવારમાં નોકરી કરતી હતી. દુનિયાની નજરે હું એમના ત્રણેય છોકરાને સાચવતી હતી, પણ હકીકતમાં એ લોકો મને સાચવતા હતા. પરંતુ અચાનક રમેશભાઈ અને કલ્પનાબહેનના રોડ અકસ્માતમાં મોત થયા બાદ સંજોગો બદલાવા માંડ્યા. એક તો માલિક-માલિકણને ગુમાવવાથી મારું મન ભાંગી ગયું હતું. એવામાં અચાનક જાણે હું બેવકૂફ કે કામચોર હોઉં એવું બહાર આવવા માંડ્યું. આ બધામાં કિશોરભાઈ મને ચૂપચાપ જોઈ રહે. કંઈ બોલે નહીં. હું રંજનનું કોઈ કામ ભૂલી જાઉં કે કુકુનું કામ બરાબર ન થઈ શકે. મને સમજાતું નહોતું કે આ બધું થઈ શું રહ્યું છે? અંતે મેં પોતાના ગામ પાછા જવાનો નિર્ણય લીધો. ગામ જઈને નિરાંતે વિચારતા સવાલ થયો, સમજાયું કે કદાચ મને વસંત-રીરીમાંથી હાંકી કાઢવાનું કાવતરું રચાયું હતું? ધારો કે નંદુ મને જણાવે કે કુકુએ કૉફી મગાવી છે અને કૉફી લાવું એટલે એ કહે કે મેં તો ચા મગાવી હતી. રંજન પણ બોલે કે હા, ચા જ મગાવી હતી. રંજન ખાંડ વગરની ચા મગાવે અને હું કપ મૂકી જાઉં પછી એની બૂમ સંભળાય કે આમાં કેટલી બધી ખાંડ ઠપકારી દીધી છે? ક્યારેક હું શાક બનાવું ટીંડોરાનું તો ડાઇનિંગ ટેબલ પર ખબર પડે કે મને તો ભીંડાનું શાક બનાવવાનું કહેવાયું હતું. હું ગભરાઈ જઉં. મેં મૂકેલી કોઈ ચીજવસ્તુ મને તો ઠીક, કોઈને ન મળે. કંઈક તો ખોટું

થઈ રહ્યું હતું, પણ શું? કોણ કરતું હતું? અને શા માટે?"

અજય મહેતાએ પૂછ્યું, "આખા ગામે કિશોર સોની વિશે ચોક્કસ અભિપ્રાય બાંધી લીધો છે. આપ શું માનો છો?"

"સર, મેં નોકરી છોડી દીધા પછીય એ છોકરો એક સગા દીકરાની જેમ મને સાચવે છે. દર મહિને ચેક મોકલે છે, પણ એટલા માટે હું ખોટું નહીં બોલું કે એના માટે સારું નહીં કહું. હું સોગંદ ખાઈને કહું છું કે કિશોર એકદમ ભોલો, શરમાળ, પ્રામાણિક અને ખૂબ પ્રેમાળ છે. કોઈનું ખોટું કરવાનું તો જવા દો, ખરાબ વિચારે સુધ્ધાં નહીં. એ બાળપણથી જ રંજનને દીદી દીદી કહે, જ્યારે કે એ નાની હતી ઉંમરમાં. અને સાહેબ, કુકુ રડે કે પડે તો એ કિશોર આકુળવ્યાકુળ થઈ જાય. કુકુની જીદ બીજા કોઈ પૂરી કરે એ અગાઉ કિશોરે પૂરી કરી નાખી હોય. મને યાદ છે કે કુકુ છ-સાત વરસની હતી, એને તાવ આવ્યો હતો. એક તરફ કુકુને તાવ, ને ઘરમાં કોઈ નહીં ને માથે કિશોરની એસ.એસ.સી.ની પરીક્ષા. ડૉક્ટર, મેં અને નંદુએ બહુ સમજાવ્યો કે પરીક્ષા આપવા જાઓ, પણ ધરાર ન ગયા. ત્રણ દિવસ સતત કુકુના પલંગ પાસે બેસી રહ્યા. એસ.એસ.સી.માં ફેઇલ થયા અને સાહેબ, વચ્ચે રંજનની તબિયત બગડી હતી. ઘરમાં ચર્ચા થવા માંડી કે કદાચ કિડની બગડી ન ગઈ હોય. તેણે લોનાવાલામાં કોઈ ડૉક્ટર સાથે વાતચીત કરી. ઘરે આવીને સૌની સામે ધડાકો કર્યો કે રંજનદીદીને કિડની હું જ આપીશ."

એકદમ ગળગળા થઈને શાંતિતાઈ માંડ બોલી શક્યાં, "આ છોકરો કોઈ માણસ તો ઠીક કીડી-મંકોડાય ન મારી શકે. ખરેખર, જો તેણે ખૂન કર્યું હોય તો ઈશ્વર અને માનવતા પરથી મારી શ્રદ્ધા ખતમ થઈ જશે."

શાંતિતાઈ બેસી ગયાં. અજય મહેતાએ પાસે જઈને એમના ખભા પર હાથ મૂક્યો. એમના ઇશારાથી કૉન્સ્ટેબલ દોડીને પાણીનો ગ્લાસ આપી ગયો. અજય મહેતા બધાની સામે જોઈને બોલ્યા, "આ તો એક વ્યક્તિનો મત થયો, અનુભવ થયો. જરૂર નથી કે કોઈ માણસ એકસાથે સારો હોય એ બધા સાથે સારો જ હોય. ઘણા ખૂનીને પોતાના મા-બાપ, ભાઈ કે બહેન, પત્ની, પુત્ર કે પુત્રી માટે ખૂબ પ્રેમ હોય એટલે એ ગુનેગાર થોડો

મટી જાય? માની લઈએ, માત્ર ધારી લઈએ કે કિશોર નિર્દોષ છે, તો વસંત-રીરીમાં બચ્યું કોણ? રંજન, કુકુ અને... જૂનો નોકર નંદકિશોર સારવ ઉર્ફે નંદુ."

◆

ફિલ્મ: 'અંદાઝ' (1949), *ગાયક:* મૂકેશ, ગીતકાર: મજરુહ સુલ્તાનપુરી, *સંગીતકાર:* નૌશાદ, *કલાકારો:* દિલીપ કુમાર, નરગીસ, રાજ કપૂર *દિગ્દર્શક:* મહેબૂબ ખાન, દિલીપકુમાર અને નરગીસના આ પિયાનો સોંગનું મુખ્ય આકર્ષણ બની કુકુની નૃત્ય-અદા. કલરમાં શૂટ થયેલું કુકુનું આ પહેલું ગીત.

20

મંઝિલ કી ધૂન મેં ઝૂમતે ગાતે ચલો, બિછડે હુએ દિલ કો મિલાતે ચલો*

રૂમમાં એકદમ સોપો પડી ગયો. “અલબત્ત, આપણે કિશોરને શકમંદની યાદીમાંથી સદંતર નાબૂદ કરતા નથી, પરંતુ શાંતિતાઈ જોશીની લાગણી સાચી છે અને કિશોરને એવો જ ઉમદા, ભોળો અને દિલદાર યુવાન માની લઈએ, હાલ પૂરતું. પછી બચ્યા રંજન, કુકુ અને નંદુ. રંજન સોનીની હત્યા થઈ ગઈ એટલે કદાચ, આઈ રિપીટ, કદાચ એ કાવતરાખોર ન હોય. અફકોર્સ એવું પણ બન્યું હોય કે પોતે શરૂ કરેલો ખતરનાક ખેલ રંજન માટે જ જીવલેણ સાબિત થયો હોય, છતાં એની ગેરહાજરી અને મોતને લીધે હમણાં તેને પણ બાજુમાં મૂકીએ, થોડા સમય માટે.”

ટાંકણી પડે તોય અવાજ સંભળાય એવી શાંતિ વચ્ચે અજય મહેતાએ આગળ ચલાવ્યું, “યસ, અમારે તર્ક, શક્યતા અને સંભાવનાને આશરે અને આધારે ન દેખાતા સત્ય સુધી પહોંચવાનું હોય છે. બોલીવૂડમાં પોતાના નામે ચડાવી દેવાયેલી પાઓલો કોએલોનું કથન હું કાયમ યાદ રાખું છું. તેમણે સરસ કહ્યું છે કે જ્યારે તમે ખરા દિલથી કંઈક ચાહો છો તો સમગ્ર બ્રહ્માંડ એને પ્રાપ્ત કરવા માટે આપની મદદ માટે સાજિશ રચે છે. કેવી સુંદર વાત, ખરું કે નહીં?”

અજય મહેતાએ બાજુમાં બેઠેલી કુકુ ભણી જોયું, “આ ભોળી, નિર્દોષ અને પરાણે વહાલી લાગે એવી છોકરી પર શું શું વીત્યું એ જુઓ. મા-બાપનું રોડ એક્સિડન્ટમાં મોત, મોટા ભાઈની ખરાબ આદતો અને ઘરથી દૂર જતા રહેવું, ઘરમાં ધાકધમકી, ગોળીબાર અને મોટી બહેનનું મોત. પોતાના પર હુમલો... ખરેખર કલ્પના ન કરી શકાય એવી આફતો આવી

અને એય ટોળેટોળામાં. છતાં એની માનસિક સજ્જતા અને હિંમત એકદમ કાબિલ-એ-દાદ છે. એટલે રંજન બાદ કુકુને બાદ કરીએ તો હવે રહ્યો નંદુકુમાર સારવ ઉર્ફે નંદુ."

અજય મહેતા ધીમે પગલે વિનોદ વાંકડે સુધી ગયા, પણ એના પર નજર નાખ્યા વગર બોલ્યા, "આ નંદુ ઘરનો જૂનો નોકર. એકદમ વફાદાર, પણ એ કુટુંબને વફાદાર હતો કે કોઈ એક કે બે સભ્યને? કોને વફાદાર હતો એ? ઘરના ત્રણ સભ્યને કે બહારના કોઈને? અમારી પૂછપરછ અને તપાસમાં બહાર આવ્યું કે શાંતિતાઈએ બનાવેલી ખાંડ વગરની ચા ખૂબ ગળી બની જતી હતી, નંદુના છુપા ચમત્કારથી. શાંતિતાઈએ મૂકેલી ચીજવસ્તુઓ ગાયબ કરવામાં ય નંદુના જાદુનો હાથ. ટૂંકમાં, શાંતિતાઈને ઘરની બહાર ફગાવી દેવાનો ત્રાગડો રચવામાં એ મદદકર્તા હતો. એ કાવતરું કોણે રચ્યું અને શા માટે એ યક્ષ પ્રશ્ન મોઢું ફાડીને ઊભો છે."

અજય મહેતાએ કુકુ સામે જોયું, "એ અમુક વાત તો કુકુથી છુપાવતો હતો, જેની એને ખબર નથી. હા, કુકુએ અમને કહ્યું કે એની પાસે મોબાઇલ ફોન નથી, પણ નંદુ પાસે મોબાઇલ ફોન હતો. ઘરમાં એ કોઈકના ઇશારે સાચીખોટી ને નવાજૂની કરતો રહેતો હતો. એક વાત સ્પષ્ટ છે કે એ પૂરા સોની પરિવારનો વફાદાર નહોતો. કોઈ ચોક્કસ વ્યક્તિ કે જૂથ માટે વફાદારી કે પક્ષપાત સાવ મફતમાં ન જ થાય. એટલે એ કાં લાલચુ હોઈ શકે કે કાં લાચાર. કુકુના ઘર પર ગોળીબાર થયો એ જ દિવસોમાં એ ગામ ગયાની માહિતી મળી. એ પોતાનું ગામ છોડીને તરત બહેનના સાસરે ગયો. ત્યાં પણ ન મળ્યો. પછી કોઈ ભળતી જ જગ્યાએ મળ્યો, મૃતદેહના રૂપે. એટલે કોઈ જે ખોટાં કામો કરી રહ્યું હતું એનો આ નંદુ સાક્ષી હતો કે સાથી હતો. એટલે એનું કાસળ કાઢી નખાયું. કોના ઇશારે એ કરાયું એ તો પછી ખબર પડશે, પણ એની હત્યા કરતા પકડાયો છે લોનાવાલાનો જ વિનોદ વાંકડે."

આખા રૂમ અને માહોલે જાણે ભૂકંપનો આંચકો અનુભવ્યો. અજય મહેતાએ ઇન્સ્પેક્ટર સદાનંદ પાટિલના ખભા પર હાથ મૂક્યો, "લોનાવાલા પોલીસની સતર્કતા અને સાથોસાથ ભાટગાંવ પોલીસની ચપળતા અને કાર્યક્ષમતાને લીધે વિનોદ વાંકડે પકડાઈ ગયો. નહીંતર એ તો લાતુરની

સરકારી હૉસ્પિટલમાં સંતાઈ ગયો હતો. એટલે આ મામલો એક નહીં, બબ્બે મર્ડરનો છે."

બધા સ્વસ્થ થાય એ સાથે અજય મહેતા માથું ઢાંકી રાખેલા યુવાન પાસે પહોંચી ગયા, "આ કેસમાં ચેક્સવાળું શર્ટ અને જીન્સ પેન્ટના અનેકવાર ઉલ્લેખ આવ્યા. આવા ડ્રેસનો એક કાયમી શોખીન કિશોર સોની અને બીજો છે આ..." આટલું બોલીને અજયે એ યુવાનના મોઢા પરનું કપડું ખેંચી કાઢ્યું, "આનું નામ છે સુનિલ મેહરોત્રા. આ કેસને ગૂંચવી નાખવામાં તેનો સિંહફાળો છે. એનો આ એક જ અપરાધ નથી. મુંબઈ ભણીને કૅનેડા ગયો અને કમ્પ્યૂટર અને ઇન્ટરનેટમાં માસ્ટરી મેળવી. ઘણા ધંધા કર્યા, કરવાના અને ન કરવાના. વસંત-રીરી પર ક્યારેક પથરા ફેંકે, ક્યારેક ગોળી છોડે અને ક્યારેક રંજન સોનીને ગોળી મારી દે પછી બ્લુ શાહી લગાડીને એના આંગળાની છાપ લે કાં એવો ડોળ કરે."

સુનિલ મેહરોત્રા ઊભો થવા ગયો તો એક તમાચો ઝીંકીને અજય મહેતાએ પાછો, પરાણે બેસાડી દીધો, "આ છોકરાનો ખાસ પૉઇન્ટ એ કે વસંત-રીરીની રજેરજને ઓળખે, પિછાણે. સોની પરિવારનાં ત્રણેય ફરજંદ સાથે એ સ્કૂલમાં હતો. થોડો સમય કૉલેજમાં પણ. એ ચેક્સવાળું શર્ટ અને પેન્ટ પહેરીને બધાને દેખાય એમ ધાકધમકી આપે, ગોળી મારે અને પછી એ જ કપડાં, બૂટ કિશોર સોનીના બંગલા પર મૂકી દે. અરે, ક્યારેક અંધારામાં પગપાળા ચાલતી કુકુનો પીછો કરે, પણ સ્કૂટર ન જાણે કેટલું ધીમું ચલાવે કે એના સુધી પહોંચી ન શકે. અંધારામાં છુપાવાને બદલે લાઇટના થાંભલા નીચે ઊભો રહે. એનાથી એના શર્ટના ચેક્સ અને જીન્સ દેખાઈ આવે, પણ ચહેરા છુપાવવા રાતના સમયે ગોગલ્સ અને કૅપ પહેરે, ટૂંકમાં, આ અડબંગ છાપરે ચડીને બૂમાબૂમ કરતો હતો કે બધા કાળા કામ ચેક્સ અને જીન્સવાળો કરે છે. સ્વાભાવિક છે કે સૌને શક કિશોર સોની પર જ જાય."

બધા રોષભેર સુનિલ મેહરોત્રા સામે જોઈ રહ્યા, "પણ પ્રૉબ્લેમ એ કે આ કિશોર, રંજન અને કુકુ ત્રણેયને જાણે, ઓળખે અને પિછાણે. આમાંથી કોઈકને ઇશારે જ કામ કરતો હોઈ શકે. બાકી તો આ ખૂનામરકીથી એને શું મળે? રંજનની હત્યા તેણે પોતે કરી એમાં બે મત નથી. શું આવું બધું કરીને કિશોરને બદનામ કરતો હતો કે બીજી કોઈ ઇરાદો હશે?

કુકુને તો ખૂબ હેરાન કરી એટલે વધુ શું વિચારવું..."

સુનિલ મેહરોત્રાથી ચારેક ડગલા દૂર જઈને અજય મહેતા ઊભા રહી ગયા. "અરે હા, દોઢેક વરસ અગાઉ વસંત-રીરીમાં જોરદાર ધડાકો થયો, ત્યારે આ સુનિલ કેનેડામાં હતો. છતાં એ ધડાકો કરાવવામાં એનો હાથ હતો. અમેરિકા, મૅક્સિકો અને એમેઝોનમાં થતા સેન્ડબૉક્સ ટ્રીની આપણને જાણકારી નથી. આ ઝાડના ફળ પાકી ગયા બાદ ધડાકા સાથે ફૂટે. એના ટુકડા 200 કિમી દૂર સુધી એક ઝટકા સાથે ફેંકાય. વચ્ચે કોઈ આવે તો એને ઈજા પણ થાય. સુનિલ મેહરોત્રાએ ડાર્ક નેટ થકી આવા ફળ વસંત-રીરી સુધી પહોંચાડ્યા. પછી એને પકાવવા માટે ગરમી આપવાની જરૂર પડે. આ ગરમાવા માટે નંદુએ લોનાવાલાના રોશન ઇલેક્ટ્રિકવાળા પાસેથી પચીસ હેલોઝન લાઇટ ભાડે લીધી. ખૂબ ગરમી મળ્યા બાદ ધડાકા થયા. પોલીસ આવી પણ કોઈ ગંધક કે દારૂગોળાનાં નામોનિશાન ન મળ્યાં. આ ધડાકો કાયમ પોલીસ ફાઈલમાં બંધ રહ્યો હોત પણ રોશને અમને દિશા ચીંધી. આ વિસ્ફોટથી એક કામ થયું. કિશોર બે દિવસમાં વસંત-રીરીથી દૂર થઈ ગયો. હવે આ કિશોરને દૂર કરવાનું કાવતરું હતું કે કિશોરે પોતે આ પ્લાન કર્યું અને જાણવાનું બાકી છે, પણ ધડાકાથી હેલોઝન લાઇટોને ભારે નુકસાન થયું, રોશન ઇલેક્ટ્રિકવાળાને ભરપાઈ ન કરાયું. આ આખા ધડાકાભડાકા, ગોળીબાર, મર્ડર અને ષડ્યંત્રમાં સુનિલ મેહરોત્રા મોટો ખલનાયક હોવા વિશે બેમત નથી. પોતાની સાથે કેવો ભૂંડો વર્તાવ થયો એ તો રોશન અમને વિગતવાર કહી ચૂક્યો છે."

અજયે જઈને રોશન સામે જોયું, "ફિકર મત કરો. તુમ્હારે પૈસે મિલ જાયેંગે."

આટલું બોલીને અજય મહેતાએ ઇન્સ્પેક્ટર સદાનંદ પાટિલ સામે જોયું, "મેં અને પાટિલ સાહેબે ખૂબ ચર્ચા કરી આ કેસની. અમારી લાંબી કારકિર્દીમાં ભાગ્યે જ આટલો વિકટ કેસ આવ્યો છે. આ કેસ ઉકેલવાનું મુશ્કેલ જ નહીં, હા એકદમ અશક્ય હતું. કોઈને શંકા ન જાય એવું પરફેક્ટ પ્લાનિંગ. આ કેસમાં 99.99 ટકા શક્યતા હતી કે કાવતરાખોર, ખૂની અને ગુનેગારો આખી જિંદગી તાગડધિન્ના કરે, ને નિર્દોષ આજીવન જેલમાં સબડતો રહે કાં ફાંસીને માંચડે ચડે લટકી જાય. અને સાચું કહું તો સુનિલ મેહરોત્રા સુધી અમે ક્યારેય પહોંચી ન શક્યા હોત. પરંતુ

એક શકમંદ પર નજર રાખી અને એના ફોનને ટ્રેકિંગમાં મૂકી દીધો. આ કામ અમારા મુંબઈના યુવાન એથિક્સલ હેકર રોનીએ કર્યું, જે આપણી વચ્ચે હાજર છે. એ નંબરનું લોકેશન મેળવ્યા બાદ લોનાવાલાની નજીકના ઢાલેવાડી ગામની લોજના પહેલે માળે આવેલી રૂમ નં. 16માંથી સુનિલને ઝડપી લીધો. ખૂબ માથાકૂટ અને થોડીક ધોલધપાટ પછી ભાઈએ થોડું મોઢું ખોલ્યું ખરું, પણ હજી વધુ ઓકાવીશ એની પાસેથી."

શાંતિતાઈ જોશીને મોટા અવાજે બગાસું આવી ગયું. દૂર બેઠેલા પુરંદરે પણ ક્યારના ઊંચાનીચા થતા હતા કે હવે મેઇન કાવતરાખોરનો તો ફોડ પાડો. એવું જ કુતૂહલ રોશન ઇલેક્ટ્રિકવાળા અને બીજા હવાલદારોને હતું. અજય મહેતા પાણીનો ગ્લાસ ઉપાડીને બધું પાણી પી ગયા. "જોઈ આ કેસની મજા? લગભગ બધા પાસા સ્પષ્ટ થવામાં છે છતાં આની પાછળ માસ્ટર માઇન્ડ કે સૂત્રધાર કોણ છે એ ખાતરી સાથે કહી ન શકાય. હવે ઇન્સ્પેક્ટર સદાનંદ પાટિલ અસલી ગુનેગારની આપણી સૌની સૌ સામે ધરપકડ કરે એટલે આશ્ચર્ય થયા વગર નહીં રહે. સદાનંદ પોતાની જગ્યા પરથી ઊભા થઈને આખા રૂમમાં એક એકની સામે જોઈને ફરતા રહ્યા અને અચાનક..."

◆

****ફિલ્મ:*** અનોખી અદા (1948), ***ગાયક:*** મૂકેશ, ***ગીતકાર:*** શકીલ બદાયુની, **સંગીતકાર:** નૌશાદ, **કલાકારો:** સુરેન્દ્ર, નસીમ બાનુ, **દિગ્દર્શક:** મહેબૂબ ખાન.

21

મહોબ્બત મેં કિસે માલૂમ થા યે દિન ભી આયેગે, તડપ કે રોયેગા દો દિલ મગર મિલને ના પાયેંગે*

અચાનક ચીલઝડપે પાછા વળીને ઇન્સ્પેક્ટર સદાનંદ પાટિલે કુકુ સોનીની પાછળ જઈને એના હાથમાં હાથકડી પહેરાવી દીધી. કુકુને ઊભી કરીને બધાની સામે ઊભી રખાઈ. સદાનંદે જાહેર કર્યું, “આ છે બંને મર્ડર, હુમલા અને આખા કાવતરા પાછળની માસ્ટરમાઇન્ડ. હું કંઈ કહું એને બદલે ડિટેક્ટિવ અજય મહેતા વધુ સારી રીતે સમજાવી શકશે. આપે ખૂબ બોલવું પડે છે સર. પણ પ્લીઝ, બધાને હકીકત જણાવો, સમજાવો.”

હળવા સ્મિત સાથે અજય મહેતા ઊભા થયા, “આમ જોઈએ તો વાતની શરૂઆત ઘણાં વરસો અગાઉ થઈ. રમેશભાઈ સોનીની ફેવરિટ ઍક્ટ્રેસ કુકુએ કંગાલિયતમાં અંતિમ શ્વાસ લેવા પડ્યા. આનાથી તેઓ અત્યંત વ્યથિત થઈ ગયા. ક્યારેક તેમને થતું હતું કે મારી પાસે કઈ વાતની કમી હતી? મેં જઈને મળવાનો પ્રયાસ કર્યો હોત તો એક સફળ લોકપ્રિય કલાકારનો આવો કરુણ અંત ન આવ્યો હોત. અથવા કુકુએ પોતાની સલામતીનું વિચારીને ખોટા માણસોને દૂર રાખ્યા હોત તો? તેણે બધાને જલસા કરાવવાને બદલે ભવિષ્યની સલામતી માટે બચત કરી હોત તો? તેમના માટે આત્મગ્લાનિ અને વેદના અસહ્ય બની ગયા. બીજા કોઈ સાથે ઝાઝી ચર્ચા ન કરે, પણ નાનકડી વહાલી કુકુને બધું સમજાવે રોજેરોજ. અલગ અલગ રીતે. કદાચ રમેશભાઈને ડર લાગવા માંડ્યો હતો કે કિશોર તો સાવકો ભાઈ. એ પરણ્યા પછી કુકુનું ધ્યાન ન રાખે તો? રંજન પણ લગ્ન પછી સાસરે જતી રહેવાની. તો મારી પારેવડી જેવી કુકુનું કોણ? એનું શું થશે? આ બધી ફિકરમાં તેમણે જાણતા-

અજાણતા કુકુના માસૂમ મનમાં ઠસાવી દીધું કે કાયમ પહેલા પોતાનું વિચારવું, પહેલી પ્રાથમિકતા પોતાની જાત. કોઈના પર આંધળો વિશ્વાસ ન કરવો. કોણ ક્યારે કાચીંડાની જેમ રંગ બદલે એ કહેવાય નહીં. બધા ભલે બોલે મીઠું અને ભલા લાગે, પણ એ દંભ-દેખાડો હોઈ શકે. કાયમ સાવચેત રહેવું. પોતાના વિશે જ વિચારવું અને ભવિષ્યની સલામતી માટે લેશમાત્ર ગાફેલ ન રહેવું."

આટલું બોલીને અજય મહેતા શ્વાસ લેવા રોકાયા, "ભવિષ્યની અસલામતી અને કંગાલિયતનો ભય કુકુના મનમાં ઘર કરી ગયો. એને હવે ભાઈ, બહેન કે કોઈના પ્રેમની ઝાઝી કિંમત ન રહી. એમાંય વચ્ચે બે વરસ વિદેશ રહી એટલે વધુ સ્વકેન્દ્રી થઈ ગઈ. હવે એનું મગજ સતત એક જ દિશામાં સક્રિય બની ગયું. સોની પરિવારની બધેબધી માલમિલકત પોતાની કરીને આજીવન સુખસાહ્યબીમાં શા માટે ન જીવવું? પણ એ મંઝિલ સુધી પહોંચવા માટે માર્ગમાં બે કાંટા આવતા હતા, રંજન અને કિશોર. એ સિવાય કિશોર અને પરિવાર પર અસીમ પ્રેમ અને વફાદારી ધરાવતાં શાંતિતાઈ જોશી. ચાલાકી, ધૂર્તતા અને નંદુની મદદથી તેણે શાંતિતાઈને બંગલો છોડી દવા મજબૂર કર્યાં પછી એનું નેક્સ્ટ ટાર્ગેટ હતો કિશોર."

અજય મહેતા કિશોર પાસે જઈને ઊભા રહ્યા, "સાવકોભાઈ હોવા છતાં આ યુવાન બંને બહેનને દિલથી પ્રેમ કરે. એને ઘરમાંથી તગેડી મૂકવા અને બદનામ કરવા કુકુનું મગજ કામે લાગી ગયું. કિશોરની એક પ્રેમિકા હતી લતિકા. બંને ગળાડૂબ પ્રેમમાં. પણ કુકુ નહોતી ઇચ્છતી કે ભાઈ પરણે. એનાં બાળકો થાય અને માલમિલકતમાં વધુ ભાગલા પડે. તે લતિકાને મળવા મુંબઈ ગઈ. કિશોર વિશે ગપ્પાબાજીથી એને ભરમાવી દીધી. એ તો દારૂડિયો છે, ગંજેરી છે, છોકરીઓનો શોખીન છે, એની બે-ત્રણ ગર્લફ્રેન્ડસ તો ગર્ભપાત કરાવી ચૂકી છે, અમારા પર પણ એની ખરાબ નજર છે. આ સાંભળીને લતિકા એકદમ સુન્ન થઈ ગઈ. બીજા જ દિવસે તેણે આપઘાત કરી લીધો. પ્રેમિકાના કાયમી વિરહને પગલે કિશોરને જીવનમાં જરાય રસ ન રહ્યો. નંદુએ દુઃખની દવા દારૂ હોવાનો પાઠ ભણાવીને પહેલીવાર પીવડાવ્યું. એ વધુ ને વધુ દારૂ અને એની વેરાયટી લાવવા માંડ્યો. હળવેકથી દારૂના નશામાં અફીણ-ગાંજાને રવાડે ચડાવી દીધો. આટલું થઈ ગયા બાદ ઘરમાં ધડાકા-ભડાકાનું પ્લાન કર્યું.

એ બધું કરાવ્યું ત્યારે નંદુ સાથે કિશોરને ઘરથી બહાર મોકલાવી દીધો. આને લીધે કિશોરે જ બંને બહેનોને મરાવી નાખવાનું કાવતરું ઘડ્યું હોવાનું દુનિયાને-પોલીસને લાગે. ધડાકા બાદ ત્રણે ભાઈ-બહેન વચ્ચે ખૂબ ચર્ચા થઈ, એકદમ ઉગ્ર ચર્ચામાં કિશોરે ઑફર કરી કે હું બધી પ્રોપર્ટી બંને બહેનોને નામે કરીને શાંતિથી જીવાય એટલું જીવવા માગું છું, પણ કુકુને નવી વસિયતમાં રંજનનું નામ જોઈતું નહોતું ને ભવિષ્યમાં કિશોર પાછો અદાલતમાં જાય તો? તેણે સ્માર્ટલી રંજન થકી વાત મુકાવી કે સલામતી માટે અમે બંને બહેનો એકલી રહીએ તો? કિશોરને માન્યા સિવાય છૂટકો નહોતો, કારણ કે એ બંને બહેનોને ખૂબ પ્રેમ કરતો હતો. કિશોરે ભારે હૈયે વસંત-રીરી બંગલો છોડી દીધો."

અજય આગળ વધીને કૅપ્ટન સૂરજ સહસ્રબુદ્ધે પાસે જઈને ઊભા રહ્યા, "કુકુ પોતાની સફળતાથી ખૂબ ખુશ હતી. એનો આત્મવિશ્વાસ હવે ઘમંડમાં બદલાઈ રહ્યો હતો. હું તો ગમે તે કરી શકું પકડાયા વગર. હજી રંજન અને કિશોર હયાત હતા તે કુકુને ખૂંચતું હતું. એવામાં જ એની નજર કૅપ્ટન સૂરજ સહસ્રબુદ્ધેના એક બ્લૉગ પર પડી, જેમાં કૅપ્ટને લખ્યું હતું કે મારા ખાસ મિત્ર અને સફળ ડિટેક્ટિવ અજય મહેતા મુંબઈથી વૅકેશન ગાળવા લોનાવાલા આવે છે. સાથોસાથ તેમણે મારી ચાલાકી, ચપળતા, પ્રામાણિકતા અને સફળતાનાં વખાણ કર્યાં. મારા 'ગોલ્ડફિશ' નામના કેસનો ઉલ્લેખ કર્યો. આ બધું વાંચીને કુકુના શૈતાની મગજમાં એક ભયંકર ષડ્યંત્ર રચાવા માંડ્યું."

અજય મહેતા ફરી કુકુની નજીક આવ્યા, જેના ચહેરા પર કોઈ ભાવ નહોતા, "એક તરફ રોજેરોજ કિશોરને જરૂરથી વધુ દારૂ અને ડ્રગ્સ નંદુ મારફતે મોકલાવતી રહી. બીજી બાજુ તેણે મેસેન્જર થકી મારો સંપર્ક સાધ્યો કે પોતાનો જીવ જોખમમાં છે. પોતાની સલામતી માટે મને રોકીને એ સાબિત કરવા માગતી હતી કે કોઈક પોતાને મારી નાખવા માગે છે, મદદની તાતી જરૂર છે. મારો એ ઢાલ તરીકે ઉપયોગ કરવા ઇચ્છતી હતી.

પ્લાન એકદમ પરફેક્ટ હતો. પોલીસને, સૌને લાગે કે એક માસૂમ યુવતી કેટલી ગભરાઈ ગઈ છે. ડાર્ક નેટ થકી સેન્ડબૉક્સ ટ્રીનાં ફળ મોકલાવનારા સુનિલ મેહરોત્રાને તેણે બોલાવી લીધો, પણ લોનાવાલાને બદલે આસપાસના ગામમાં રહે એવી વ્યવસ્થા કરી. ન કોઈ એને જુએ કે ન કોઈને શક

જાય, પરંતુ પોતાના ગુનાના કેટલા સાક્ષી રાખવા? સુનિલ આવ્યો એટલે એમ થતું કે જીવનની કિતાબનાં પાછલાં ગંદાં પાનાં ફાડવાનો સમય આવી ચૂક્યો છે. એના વિશે બહુ જાણનારો નંદુ ઉર્ફે નંદકુમાર સારવ ક્યારેક ભારે પડી શકે. આમેય રંજનનું કાસળ કાઢીને કિશોર પર આળ મૂકીને કાયમ માટે જેલભેગો કરવાની વ્યવસ્થામાં નંદુની હાજરી નહીં, ગેરહાજરી ઉપયોગી હતી. તેણે નંદુને સારી એવી મોટી રકમ આપીને ગામ મોકલી દીધો. બરાબર એ જ સમયે અમે નંદુને શોધવા વિનોદ વાંકડેને મોકલ્યો. અમને ખબર નહીં કે વિનોદ જઈને કુકુ પાસે બધું ઓકી નાખશે. કુકુએ તેને નંદુની સુપારી આપી દીધી. જે મુજબ વિનોદે નંદુનું મર્ડર કરી નાખ્યું. પછી એ પોલીસથી બચવા માટે લાતુરની સરકારી હૉસ્પિટલમાં ભરતી થઈ ગયો, પરંતુ ભાટગાંવના ઇન્સ્પેક્ટર પુરંદરે અને એમની ટીમથી બચી ન શક્યો. જો વિનોદ વાંકડે પોલીસથી બચી ગયો હોત તો ભવિષ્યમાં જીવતો રહેવા દેવાયો હોત? મને તો શંકા છે."

અજય મહેતાએ બે પળ મોઢાને આરામ આપ્યો, "કોઈને શંકા ન જાય એટલી ચાલાક છે કુકુ. નિર્દોષભાવે ઇન્સ્પેક્ટર સદાનંદ પાટિલને ભડકાવે—કાન ભંભેરણી કરે અને બિચારી હોવાનું નાટક કરે. કિશોર જ ખૂની હોવાના મભમ ઇશારા કરે. સાથોસાથ પોતે ખૂબ ડરી ગઈ છે એટલે બધી માલમિલકત કિશોરના નામે કરી દેવા માટે વકીલ શોધી આપવાની વિનંતીય કરે. એટલું જ નહીં, કેસનો સત્વરે નિવેડો લાવવા માટે પાટિલને લાલચ આપે. સુનિલ દ્વારા આ મતલબનો ફોન કરાવીને મોટી રકમ મોકલી આપી."

કુકુની નજીક જઈને અજય મહેતાએ તાળી પાડી, "કમાલ છે તારા બુદ્ધિચાતુર્યને. જીવનમાં ઘણું સિદ્ધ કરી શકી હોત, સફળતાને આંબી શકી હોત આ ચાતુરીને પ્રતાપે. પણ તેં ખોટો માર્ગ પકડ્યો, અનીતિનો ખૂની રસ્તો અપનાવ્યો. તારી પાછળ કોઈ પડ્યું હોવાનું નાટક કરીને તું મારા બંગલો પર આવી ત્યારે ડફોળ સુનિલ લાઇટના થાંભલાના પ્રકાશમાં ઊભો રહીને પોતાના ચેક્સવાળા શર્ટ અને જીન્સનું નહીં, પણ અક્કલનું પ્રદર્શન કરતો હતો. તું ગભરાયેલી લાગતી હતી એટલે તારા દૂધના ગ્લાસમાં એક ઊંઘવાની ગોળી મેળવી હતી, પણ તું વધુ પડતી ચાલાક કે વૉશબેઝિનમાં દૂધ ઢોળીને ગ્લાસ ત્યાં જ મૂકી દીધો. વૉશબેઝિન પાસે ગ્લાસ ક્યારે

હોય? દૂધ ઢોળ્યા બાદ કે ગ્લાસ ધોયા બાદ. તેં ગ્લાસ તો ધોયો નહોતો જે સવારે કાળુભાએ મને કહી દીધું. એ રાતે તેં રૂમની લાઇટ મોડે સુધી ચાલુ રાખી એ પણ એક ભૂલ. બહાર મને ખબર પડી ગઈ કે તું ઊંઘી નથી. એટલે તેં દૂધ ન પીધું? શા માટે? મોડે સુધી તું કોઈ સાથે લાંબી લાંબી વાતો કરતી હતી ફોન પર. તમારા પર હુમલો થયો હોય અને બહેનનું મર્ડર થયું હોય ત્યારે એવું કોણ છે જેની સાથે મોડી રાતે વાતો કરવી પડે? આ વાતચીત તારી સૌથી મોટી મહાભૂલ હતી. રાતોરાત મારા મુંબઈના એથિકલ હેકર રોનીને તારો મોબાઇલ નંબર મોકલાવીને એને ટ્રૅકિંગમાં મુકાવી દીધો. એ રાતે જે નંબર પર લાંબીલચક વાત કરી એને ટ્રૅક કરીને અમે સુનિલ મેહરોત્રાને ઝડપી લીધો. જો એ રાતે તેં એને ફોન ન કર્યો હોત, તો સુનિલ ક્યારેય ઝડપાયો ન હોત. તું આઝાદ હોત અને કિશોર જેલમાં કેદ હોત. વહેલો-મોડો સ્મશાનમાં રાખ થઈ ગયો હોત. કહેવત છે કે સારો તરવૈયો છીછરા પાણીમાં ડૂબે. હૉસ્પિટલમાં પણ તેં જ ઝેરની બાટલી મૂકીને પોતાનો જીવ લેવાનો ડોળ કરીને સહાનુભૂતિ જીતી. સાથોસાથ તંદ્રાવસ્થામાંય ચેક્સનું શર્ટ પહેરેલો ડૉક્ટર અને વૉર્ડબૉય દેખાયાનું ગપ્પું હાંક્યું, પણ મને પહેલી શંકા ક્યારે ગઈ એ ખબર છે?"

◆

****ફિલ્મ:*** 'અનોખી અદા' (1948), ***ગાયક:*** મૂકેશ, ***ગીતકાર:*** શકીલ, બદાયુની, ***સંગીતકાર:*** નૌશાદ, ***કલાકારો:*** સુરેન્દ્ર, નસીમ બાનુ, પ્રેમ, અદીલ, ***દિગ્દર્શક:*** મહેબૂબ ખાન

22

મુઝે જીને દો, મુઝે જીને દો, મુઝે જીને દો
મુઝે જીને દો, મુઝે જીને દો, મુઝે જીને દો*

હવે બધા એકદમ કાન સરવા કરીને ટટ્ટાર બેસી ગયા. કુકુ પર શંકા કેવી રીતે ગઈ એ જાણવાનું સૌને બેહદ કુતૂહલ હતું.

અજય મહેતાએ કુકુ સામે જોયું, "એક્ચ્યુઅલી તો કુકુ મને લોનાવાલામાં બોલાવવા માગતી હતી અને હું લોનાવાલામાં જ હતો. એને મેં યોગાનુયોગ માની લીધું. પહેલીવાર રાતે એના બંગલો પર ગયો ત્યારે પથરા ફેંકાયા, પતરા પર ગોળી ભીંતમાં લાગી અને માથું ભટકાવાથી કુકુ બેહોશ થઈ ગઈ ત્યારે વિચિત્ર લાગ્યું, પણ હવે સમજાય છે કે બધું સ્ટેજ મૅનેજડ હતું. પછી કુકુ સાથે વાતો શરૂ થઈ. એનું વર્તન એકદમ, વધુ પડતું પરફેક્ટ. ભોળપણ અને નિર્દોષતા છતાં એનાથી વધુ મક્કમતા અને હિંમત. ઘર પર પથ્થરમારો થાય, ધડાકો થાય, ગોળીઓ છોડાઈ અને રંજનની હત્યા થઈ છતાં તેણે પોલીસ પ્રોટેક્ટશન ન માગ્યું. રંજનની હત્યા અગાઉ નોકર નંદુનું ગાયબ થઈ જવું. આટલો જૂનો નોકર હોવા છતાં એની પાસે મોબાઇલ ફોન નથી એમ કેમ કહ્યું હશે નંદુએ? એ તો ત્યાં જ રહેતો હતો. એટલે ઘડી ઘડી ફોન કરીને ઘરે કોઈ હેરાન કરે કે આડાઅવળા ટાઇમે બોલાવી લે એ શક્ય નહોતું. ગામ જવાને નામે ગયેલો નંદુ દોડાદોડ કરતો હતો એય વિચિત્ર લાગ્યું. નંદુની શોધખોળમાં કંઈક ખોટું થતું હોવાની ગંધ આવી, પણ એ કરનાર કોણ? એની દિશા મળી કિશોરના બંગલોમાં. શાંતિતાઈ જોશી માટે બનાવીને રાખેલા ચેકના કવર્સ પરથી. દારૂડિયો-ગંજેરી જો કોઈ નોકરાણી માટે આટલી દરકાર રાખતો હોય તો બહેન પ્રત્યે નિર્મમ હોઈ શકે? શાંતિતાઈએ વિશ્વાસપૂર્વક કહ્યું કે કિશોર કોઈ સંજોગોમાં બહેનોને

હાનિ ન પહોંચાડી શકે. એના માટે તો કુકુ નાની ઢીંગલી હતી, સૌથી વહાલી વ્યક્તિ હતી. રંજન મરી ચૂકી હતી અને કિશોર નિર્દોષ હોય તો પછી કુકુ માસ્ટર માઇન્ડ હતી આ ખૂની ખેલની? માનવું મુશ્કેલ હતું, પણ હત્યા થઈ હતી એ હકીકત ઠુકરાવી ન શકાય. કુકુ ખૂની હોઈ શકે એ દૃષ્ટિકોણ મળ્યો એટલે મારી વિચારવાની શક્તિ અને દિશાને આંચકા સાથે બદલી નાખી."

અજય મહેતા કુકુની આસપાસ ફરતા રહ્યા અને વાત આગળ ચલાવી, "કુકુ પર શંકા જવી અશક્ય, છતાં એક દિશામાં હું સક્રિય થયો, ઍક્ટ્રેસ કુકુને એક પ્રશંસક તરીકે હદ પાર ચાહતા રમેશભાઈ સોની માત્ર એના કરુણ અંતથી વ્યથિત ન થયા, પરંતુ એ નિરાશા-હતાશામાંથી જન્મેલી ચિંતાએ કુકુની ફિકર શરૂ કરાવી દીધી. બહુ દૂરના ભવિષ્યમાં કુકુની એવી હાલત ન થાય એ માટે રમેશભાઈએ જે સમજના બીજ વાવ્યા એ એક જંગલી વિષવેલ બનીને કુકુના મનમાં આડેધડ વધતાં હતાં. એની કોઈને જાણ નહોતી. ખરેખર તો ઓ રમેશભાઈ જીવતા હોત તો પોતાના કૃત્ય પર રડતા અને પસ્તાતા હોત."

કુકુએ ચીસ પાડી, "પપ્પાનો દોષ કાઢવાનું રહેવા દો. એ માત્ર મને પ્રેમ કરતા હતા. ખૂબ ચાહતા હતા. પોતાની દીકરીને વહાલથી બોલાવવામાં એમનું મોઢું થાકતું નહોતું. સવાર, બપોર કે સાંજ, એમના મોઢામાં એક નામ. મારી કુકુ, ડિયર કુકુ, ડિયર કુકુ..."

અજય મહેતા જોઈ રહ્યા કુકુને, "અને વધુ ઊંડે ઊતરવાનાં હવાતિયાંમાં મેં અમસ્તુ જ ઇન્ટરનેટ પર સર્ચ પર મૂક્યું. કુકુ એટલે કોયલ. એમાં એક બહુ જાણીતી છતાં રસપ્રદ હકીકત તાજી થઈ. કોયલ... આ શબ્દ સાથે જ મસ્ત વસંતઋતુમાં મહેકતા આંબાના મહોરની વચ્ચે કુહૂ કુહૂ કરતી કોયલ સંભળાય. પ્રેમીઓ કુહૂ કુહૂથી વ્યથિત થઈ જાય. કહેવાય છે કે આ અવાજની મીઠાશ તો સંતોના હૃદયનોય તાર ઝણઝણાવી દે. કોયલના મદભર્યા અવાજે ન જાણે કેટકેટલાંય દિલને પીગળાવ્યાં હશે, આના પર ખૂબ લખ્યું છે કવિઓ, લેખકો અને વિદ્વાનોએ. કોઈક પરદેશી કવિ તો ત્યાં સુધી પૂછી બેઠા કે કોયલ તને પક્ષી કહું કે ભ્રમણ કરતો સ્વર? સાચું કહું તો કોયલના આ ગુણો પૂરેપૂરા આપણી કુકુમાં ઊતર્યા છે. આ નામ પાડવા બદલ તેના દાદા-દાદી માત્ર દાદના જ નહીં, અભિનંદનના હકદાર છે, પણ..."

અજય મહેતાએ ઉદાસ ચહેરે કુકુ સામે જોયું, "આ છોકરીએ કોયલની નકારાત્મકતા અને વિધ્વંસની વૃત્તિય પોતાનામાં સાંગોપાંગ ઉતારી. હા, મીઠી અને સૂરીલી કોયલને વહાલ કરાય પણ અદ્ભુત મીઠાશને ભુલાવી દે એવો સ્વાર્થ પણ છે એનામાં. કોયલમાં માતૃત્વના પૂરેપૂરા ગુણ નથી, બલકે તે ખૂબ સ્વાર્થી છે. પોતાનાં ઈંડાં કાગડાના માળામાં રાખીને કાગડી પાસે તેનો ઉછેર કરાવે છે. ઈંડાંને સેવીને કોયલનું બચ્ચું બહાર આવે ત્યારે બિચારું કાગ દંપતી ઓળઘોળ થઈને એનું પ્રેમથી પાલન કરે, પરંતુ થોડું મોટું થઈને માતાપિતાને ભ્રમમાં નાખીને એ ઊડી જાય. આ કોયલ બચ્ચું ય ખૂબ ચાલાક હોય. એની સાથે માળામાં સાચુકલું કાગ બચ્ચું હોય તો મોકો મળતાં જ એને નીચે ફગાવી દે છે. એટલે કોયલને ક્રૂરતા, ધૂર્તતા અને દ્વેષની ભાવના વંશવારસાગત મળે છે. એટલે અન્ય દ્વારા ઉછેર પામેલી કોયલને સંસ્કૃતમાં પરભુતા કહેવાઈ છે આ કુકુએ તો માનવસંતાન હોવા છતાં પોતાના સાવકા ભાઈ જ નહીં, સગી બહેનનું કાસળ કાઢી નાખવાનો કારસો રચ્યો. એટલે કોઈ વ્યક્તિનો મીઠો અવાજ કે સારા સ્વભાવથી બેવકૂફ ન બનવાનો બોધપાઠ સાચુકલી કોયલ આપે છે જે આપણે માનવીઓ ગંભીરતાથી લેતા નથી."

પાંચ-દસ પળની શાંતિ બાદ શાંતિતાઈ, રોશન, સૂરજ, સદાનંદ, પુરંદરે અને અન્ય હવાલદારો તાળી પાડવા માંડ્યા, પણ અજય મહેતાએ હાથ ઊંચા કરીને તેમને શાંત પાડ્યા, "આ પહેલો અને કદાચ છેલ્લો કેસ છે. જેમાં સફળતા મેળવીને જરાય સંતોષ નથી મળ્યો. આવા કેસ માનવી પરની આપણી શ્રદ્ધાને ડગમગાવી દે છે. માનવતા, ભોળપણ અને સારપ પર વિશ્વાસને બદલે શંકા જન્માવે છે. કુકુએ આપેલી એક લાખની ફીના ચેકમાં અગિયાર હજાર ઉમેરીને હું એક લાખ અગિયાર હજાર રૂપિયાનો ચેક લોનાવાલાના કોઈ અનાથાશ્રમ કે વૃદ્ધાશ્રમને માટે સદાનંદ પાટિલને આપી દઈશ.

સદાનંદ પાટિલે ઊભા થઈને અજયના હાથ પકડી લીધા અને બોલ્યો, "શરૂઆતમાં આ કેસમાં મહેતા સાહેબની હાજરી મને ખૂંચી હતી. એમની સાથે મેં ખૂબ તોછડાઈ કરી હતી, પરંતુ એમની કાબેલિયત અને માનવતાએ મને એમનો ચાહક બનાવી દીધો છે!"

અજયે હાથ છોડાવી દીધા, "ચાહક નહીં, દોસ્ત બનવું હોય તો છૂટ છે. બોલો, છે મંજૂર?"

બધાની હાજરીની પરવા કર્યા વગર સદાનંદ જોરથી અજયને ભેટી પડ્યો. એ જ સમયે કિશોર સોની ઊભો થયો, "હું બધાને અભિનંદન આપું છું આ કેસ ઉકેલવા માટે. પણ હું ખુશ નથી. કુકુ ખૂબ નાની છે, નાસમજ છે. તેનાથી નાસમજીમાં ભૂલ થઈ છે. એને શક્ય એટલી ઓછી સજા મળે એ માટે માટે હું મોટામાં મોટો વકીલ રાખીશ. ભલે ગમે તેટલો ખર્ચ કેમ ન થાય. એ જેલમાંથી પાછી આવશે ત્યાં સુધી બધી માલમિલકતના રખેવાળ તરીકે જ રહીશ."

સૌ વિસ્ફારિત નયને કિશોર સોનીને જોઈ રહ્યા. કુકુએ કંઈ પ્રતિસાદ ન આપતા કિશોરે આગળ વધીને કુકુના હાથ પકડી લીધા. "પ્લીઝ ટ્રસ્ટ મી, કુકુ માય ડિયર કુકુ." કુકુએ ભાવાવેશમાં આવીને ભાઈ સામે જોવાને બદલે નફરતથી મોઢું બગાડ્યું! એની ગણના કરવાને બદલે કિશોર રડમસ ચહેરે બોલ્યો, "પ્લીઝ, બિલીવ મી ડિયર કુકુ... મારા માટે તું કાયમ નાની-વહાલી ઢીંગલી જ રહીશ. મારી સામે તો જો. તું સાંભળે છે, ડિયર કુકુ? "

◆

****ફિલ્મ:*** 'મુઝે જીને દો' (1963), ***ગાયિકા:*** આશા ભોસલે, ***ગીતકાર:*** સાહિર લુધિયાનવી, ***સંગીતકાર:*** જયદેવ, ***કલાકારો:*** સુનિલ દત્ત, વહીદા રહેમાન, ***દિગ્દર્શક:*** સુનિલ દત્ત. આ કુકુની છેલ્લી ફિલ્મ. એમાં મધુમતી (યાદ છે કોઈને?) માટે ડાન્સ છે. કુકુ પુરુષના ગેટઅપમાં છે જેને માટે ગાવાના શબ્દો નથી. સાથે કૉમેડિયન રાજેન્દ્રનાથ સ્ત્રીના વેશમાં! કુકુના જીવનની આ આખરી ફિલ્મનું ટાઇટલ કેટલું સૂચક, વેધક અને અર્થપૂર્ણ! ઓમ શાંતિ કુકુજી.

* * *

www.ingramcontent.com/pod-product-compliance
Ingram Content Group UK Ltd.
Pitfield, Milton Keynes, MK11 3LW, UK
UKHW041314190726
13845UKWH00025B/263